## விஜயகுமார் பற்றிய குறிப்புகள்

வர்ஷா பதிப்பகம் மதுரையில் 1994 ஆம் ஆண்டு N.S.விஜயகுமாரால் துவங்கப்பட்டது. மற்ற மரணம்: லத்தீன் அமெரிக்கச் சிறுகதைகள், ஜி. நாகராஜனின் 'குறத்தி முடுக்கு' ஆகிய இரு புத்தகங்கள் வர்ஷா பதிப்பக வெளியீடாக வந்துள்ளன. குறத்தி முடுக்கு நாவலுக்கு நான் முன்னுரை எழுதியுள்ளேன். இந்த இரு புத்தகங்கள் வெளியீட்டிற்கு ஆலோசனை வழங்கி உறுதுணையாக சுந்தர ராமசாமியும், சிவராமனும் இருந்தார்கள். வர்ஷா பதிப்பக புத்தக ஆக்கங்களில் விஜயகுமாரின் மனைவி லோகசுந்தரியும் இடம் பெற்றிருந்தார்.

மற்ற மரணம் தொகுப்பிலுள்ள கதைகளைச் சிவராமனும், விஜயகுமாரும் தேர்வு செய்தார்கள். விஜயகுமாரின் மனைவி லோகசுந்தரி இரண்டு கதைகளையும், விஜயகுமாரின் தந்தை நாகராஜன் ஒரு கதையையும், நான் இரண்டு கதைகளையும் மற்ற கதைகளை விஜயகுமாரும் ஆங்கிலத்திலிருந்து தமிழில் மொழிபெயர்த்துள்ளோம். இப்புத்தகம் சார்ந்து பெரு மகிழ்ச்சி கொண்டிருந்தோம்.

விஜயகுமார். B COM; FCA படித்து ஆடிட்டராகப் பணி புரிந்தார். தந்தை நாகராஜன், தாயார் கல்யாணி. விஜயகுமார் 1954ஆம் ஆண்டு நவம்பர் 5ஆம் தேதி பிறந்தார். தன்னுடைய அலுவலகத்தில் நவீன இலக்கிய நூல்கள் விற்கும் கடையையும் வைத்திருந்தார். ஒரு கட்டத்தில் வர்ஷா பதிப்பகமும் புத்தக விற்பனைக் கடையும் நின்றுவிட்டன. பிறகு தொழில் நிமித்தமாக பெங்களூர் சென்றுவிட்டார். எனக்கு நெருக்கமான நண்பராக இருந்தார். 2012 அக்டோபர் 17ஆம் தேதி காலமானார். அவர் இறந்த சில ஆண்டுகளில் அவர் மனைவியும் காலமாகிவிட்டார். விஜயகுமார் – லோகசுந்தரி தம்பதியின் மகன் விவேக், மகள் ஜனனி ஆகிய இருவரும் பெங்களூருவில் வசிக்கிறார்கள்.

சுரேஷ்குமார இந்திரஜித்
மதுரை

# மற்ற மரணம்
## லத்தீன் அமெரிக்கச் சிறுகதைகள்

மொழிபெயர்ப்பாளர்கள்

விஜயகுமார்
லோகசுந்தரி
சுரேஷ்குமார இந்திரஜித்
த.சு.நாகராஜன்

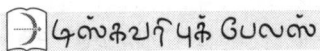
டிஸ்கவரி புக் பேலஸ்

**கே.கே.நகர் மேற்கு, சென்னை - 600 078.**
(பாண்டிச்சேரி கெஸ்ட் ஹவுஸ் அருகில்)
Ph: 044 - 4855 7525 Mobile: +91 87545 07070

மற்ற மரணம்
(லத்தீன் அமெரிக்கச் சிறுகதைகள்)

**Matra Maranam**
(Latin American Short Stories)

Discovery First Edition: June - 2019
Pages: 136 - ISBN: 978-93-242420-4-8

Published by :

**Discovery Book Palace (P) Ltd,**
# 6, Mahaveer Complex, Munusamy Salai,
K.K.Nagar West, Chennai-600 078.
Ph: +91 44 48557525
Mobile: +91 87545 07070

E-mail: **discoverybookpalace@gmail.com,**
Website: **www.discoverybookpalace.com**

**Rs. 120**

உங்கள் மொபைல் போனிலிருந்து ஸ்கேன் செய்து டிஸ்கவரி புக் பேலஸின் மொபைல் ஆப்பை டவுன்லோடு செய்து, அனைத்துப் பதிப்பகப் புத்தகங்களையும் வாங்குங்கள்.

இந்த நூலில் பிரசுரமாகியுள்ள எந்த ஒரு பகுதியையும் பதிப்பாளரின் எழுத்துப்பூர்வமான முன்அனுமதி பெறாமல் எடுத்தாள்வதோ, மறுபிரசுரம் செய்வதோ, மொழியாக்கம் செய்வதோ, அச்சு மற்றும் மின்னணு ஊடகங்களில் மறுபதிப்புச் செய்வதோ, காப்புரிமைச் சட்டப்படி தடை செய்யப்பட்டுள்ளது. இந்த நூலிலிருந்து குறிப்பிட்ட பகுதிகளை மேற்கோள்காட்டி புத்தக விமர்சனம் செய்ய, ஊடகங்களுக்கு மட்டும் அனுமதி உண்டு.

## உள்ளே...

லத்தீன் அமெரிக்கா சில தகவல்கள் 9

**அர்ஜெண்டினா**

ஃபெக்குன்டோ மாமா / ஐஸிதோரோ ப்ளைஸ்டென் 15
மற்ற மரணம் / ஜோர்ஜ் லூயி போர்ஹே 27
முத்திரை / ஜோர்ஜ் லூயி போர்ஹே 36

**பிரேஸில்**

தாயகத்து அலன்டெலோன் / ரிபெய்ரோ 41
பறவைகள் நிகழ்த்திய அற்புதம் / ஜோர்ஜ் அமாடோ 51
அன்பு / க்ளாரிஸ் லிஸ்பெக்டர் 63
அமைதியும் போரும் / மோவோசிர் ஸ்க்லியர் 76

**சிலி**

நீதிபதியின் மனைவி / இஸபெல் அலன்டே 82

**கொலம்பியா**

நீரில் மூழ்கிய நிகரற்ற அழகன் /கார்ஸியா மார்க்வெஸ் 94

**டொமினிகன் குடியரசு**

டான் டாமியானின் அழகிய ஆன்மா /யுவான் போஷ் 103

**காடேமாலா**

நிரூபணம் / ரோட்ரிகோ ரே ரோஸர் 115

**நிகாரகுவா**

மூவருக்கான கோழிக்குஞ்சு / ஃபெர்னான்டோ ஸில்வா 121

**உருகுவே**

இருப்பு / யுவான் கார்லோஸ் ஒனட்டி 127

லத்தீன்
SOUTH
AMERICA
(Political)
VENEZUELA
COLOMBIA
PANAMA
GUAYANA
SURINAM
(Neth. Guiana)
FR. GUIANA
ECUADOR
PERU
BRAZIL
BOLIVIA
PARAGUAY
URUGUAY
CHILE
ARGENTINA
Barranquilla
Cartagena
Colón
Panamá
Maracaibo
Caracas
Ciudad Bolivar
Medellin
Bogotá
Cali
Georgetown
Paramaribo
Cayenne
Quito
Guayaquil
Iquitos
Manaus
Belém
Equator
Natal
Recife
(Pernambuco)
Lima
Callao
Salvador
(Bahia)
La Paz
Cochabamba
Santa Cruz
Brasília
Tacna
Arica
Sucre
Corumbá
Iquique
Belo Horizonte
Antofagasta
São Paulo
Santos
Rio de Janeiro
Asunción
Tucumán
Porto Alegre
Coquimbo
Córdoba
Santa Fe
Paraná
Mendoza
Valparaíso
Santiago
Rosario
Colonia
Buenos Aires
Montevideo
Concepción
Bahía Blanca
Valdivia
Puerto Montt
Chiloe
GALAPAGOS
ISLANDS
(Ecuador)
0 50 100 Miles
0 50 100 150 Kms.
Comodoro Rivadaria
Falkland
Islands
(Br.)
Punta Arenas
0 300 600 Miles
0 400 800 Kilometres

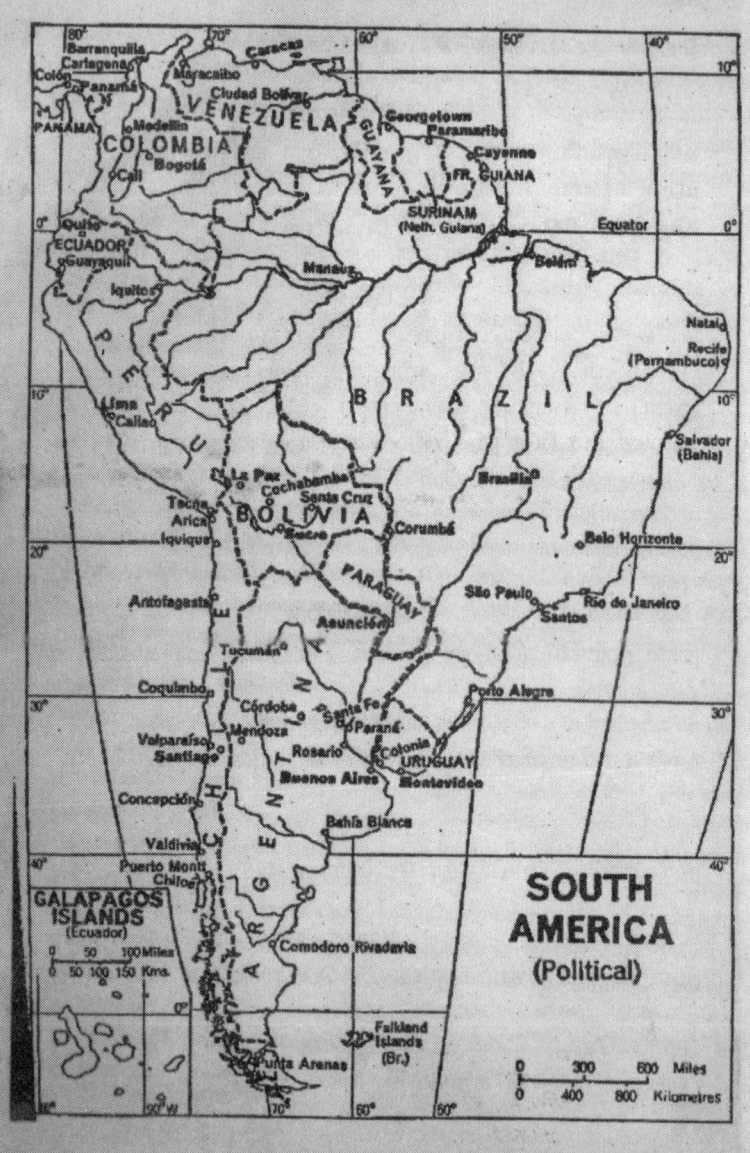

அமெரிக்கா

MEXICO
CENTRAL AMERICA
and the
WEST INDIES
(Political)
GULF OF MEXICO
Bahama Islands
CUBA
Havana
JAMAICA
HAITI
Port au Prince
Santo Domingo
DOMINICAN REPUBLIC
PUERTO RICO
Leeward Is.
BR. HONDURAS
COSTA RICA
PANAMA
Vera Cruz
Mexico City
Acapulco
Rio Grande
Gulf of California

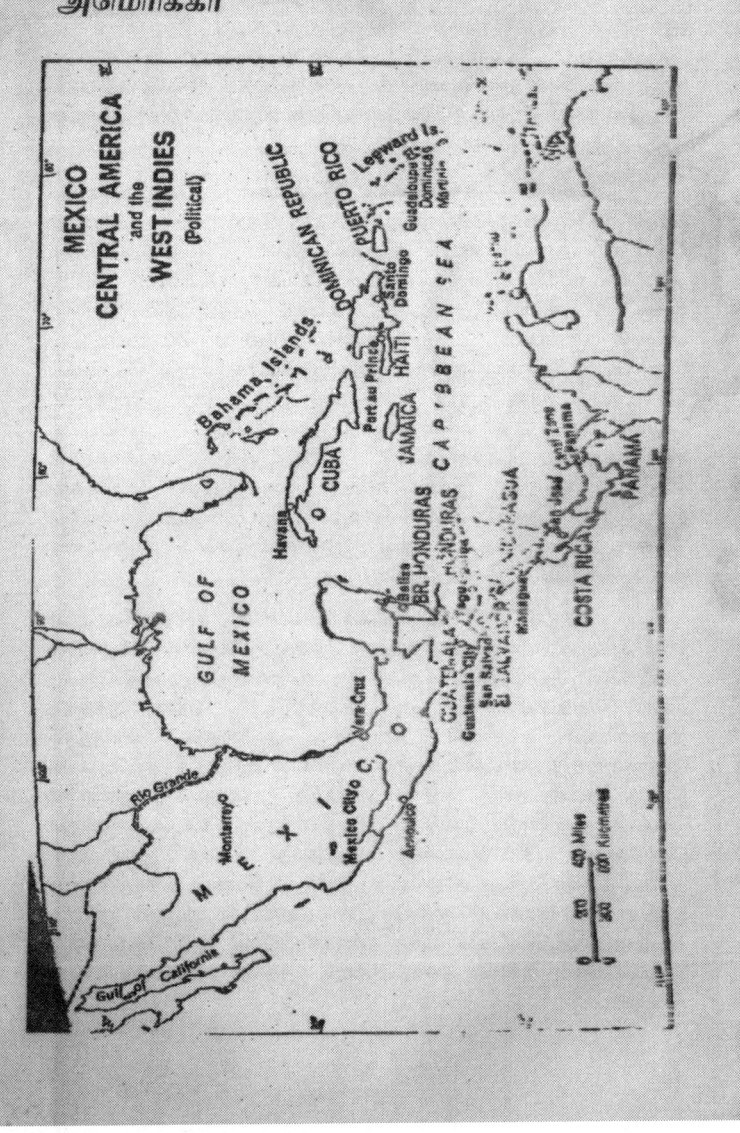

# லத்தீன் அமெரிக்கா

## - சில தகவல்கள்

லத்தீன் அமெரிக்கா ஒரு கண்டமா? ஒரு தேசமா? பல தேசங்களின் கூட்டா? தேசங்களின் கூட்டு என்றால், அவற்றை அடிப்படையில் இணைக்கும் இழை என்ன? அங்கு பேசப்படுவது ஒரே மொழியா? மக்கள் ஒரே இனத்தினரா?

இப்படிப்பட்ட கேள்விகளுக்கு நம்மில் பலரிடம் தெளிவான பதில்கள் இல்லை. லத்தீன் அமெரிக்க இலக்கியம் பிரபலம் அடைந்து, அதன் ஆசிரியர்களின் பெயர்கள் சர்வசாதாரணமாகப் புழங்கும் இப்போதுகூட, லத்தீன் அமெரிக்காவைப் பற்றிய சரித்திர, பூகோள அறிவு போதுமான அளவு நம்மிடம் இல்லை. குழப்பம்தான் இருக்கிறது. சரித்திர அறிவு இல்லாமல் இலக்கியத்தைப் புரிந்துகொள்ள முயற்சிப்பது, நகத்தை வைத்துக் கொண்டு முகத்தைக் கற்பனை செய்வதுபோலத்தான்.

லத்தீன் அமெரிக்க - ஸ்பானிஷ் மொழியும், போர்ச்சுகீசிய மொழியும் ஆட்சி மொழிகளாக இருக்கும் மத்திய, தென்னமெரிக்காவின் பகுதிகள். இது அகராதி விளக்கம். பூகோளரீதியாக, அமெரிக்கக் குடியரசின் தென் எல்லையிலிருந்து, ஹார்ன்முனை (தென்னமெரிக்காவின் தெற்குக்கோடி) வரை உள்ள பிரதேசமும், மேற்கிந்தியத் தீவுகள் இருக்கும் அரைவட்டத்தின் பகுதிகளும் சேர்ந்ததுதான் லத்தீன் அமெரிக்கா. பொதுவாக, முன்பு ஸ்பெயின், போர்ச்சுகல் நாடுகளின் காலனிகளாக இருந்த பகுதிகளில் உருவான இருபது தனிக் குடியரசு நாடுகளையே இப்பெயர் குறிக்கும். இதில் ஃபிரெஞ்சுக் காலனியான ஹெய்தியும் அடக்கம். அந்த இருபது குடியரசுகள், **அர்ஜென்டினா, பொலீவியா, பிரேஸில், சிலி, கொலம்பியா, கோஸ்டாரிகா, க்யூபா, டொமினிகன் ரிபப்ளிக், ஈக்வடார், எல் சால்வடார், காடேமாலா, ஹெய்தி, ஹோண்டுராஸ், மெக்ஸிகோ, நிகாரகுவா, பனாமா, பராகுவே, பெரு, உருகுவே, வெனிஸுலா.**

அமெரிக்க இந்தியன், உண்மையில் ஆசியாவிலிருந்து இடம் பெயர்ந்து அங்கு சென்று குடியேறியவர்களின் வழிவந்தவன்தான். பனியுகம் முடிந்தகாலத்தில், பெரும் ஆசிய இந்தியக் கூட்டம் அமெரிக்கக் கண்டத்திற்கு வடக்கே குடிபெயர்ந்து, தெற்கு நோக்கி நகர்ந்தபோது பல குழுக்களாகப் பிரிந்தது. பல மொழிகளும், பழக்க வழக்கங்களும் அவர்களிடையே தோன்றினாலும், பொதுவான உடலம்சங்கள் அப்படியே இருந்தன. அக்குழுக்கள் விவசாயத்தைக் கற்றுக்கொண்டபோது, முக்கிய விவசாய நாகரிகங்கள், மத்திய அமெரிக்காவில் **மெக்ஸிகோ** பகுதியிலும், தென்னமெரிக்காவில் **ஆண்டீஸ்** மலைப்பகுதியிலும் ஏற்பட்டன. மத்திய அமெரிக்காவில் **மாயா** இனம் **ஹோண்டுராஸ், காடேமாலா** பகுதிகளிலும், **அஸ்டெக்** இனம் மெக்ஸிகோ பீடபூமியிலும் இருந்தன. தென்னமெரிக்காவில் வடக்கு **ஆண்டீஸ்** பகுதியில் **சிப்ஸா** இந்திய இனம் சோளம், உருளை விவசாயம் செய்துவந்தது. தெற்கே பெரு பிரதேசத்தில் **இன்கா** இனம் ஆட்சிசெய்தது. பெருவிலிருந்து தெற்கே பொலிவியா, அர்ஜென்டினா, சிலி, வடக்கே ஈக்வடார் வரை அதன் ஆட்சி நீண்டது.

இத்தகைய நாகரிகங்கள் இருந்துவந்த மத்திய, தென்னமெரிக்காவை, **ஐபீரிய** இனமான ஸ்பெயின் நாட்டினரும், போர்ச்சுகீசியரும் ஆக்ரமித்தனர்.

கீழை நாடுகளுக்கு அட்லான்டிக் கடல்வழியே மேற்கு வழிப்பாதை ஒன்றைக் கண்டுபிடிக்கும் முயற்சியில் ஈடுபட்டிருந்த ஸ்பெயின் நாட்டினரான **கிறிஸ்டபர் கொலம்பஸ்** *1492*-ல் **சான்டா மரியா** உட்பட மூன்று கப்பல்களில் **பஹாமாஸ்** தீவில் இறங்கினார். அதற்கு **சான் சல்வடார்** என்று பெயரிட்டார். அதன்பின் **ஹிஸ்பானியோலா** என்று அவரால் பெயரிடப்பட்ட தீவைக் கண்டுபிடித்தார். அது இப்போது ஹெய்தி, டொமினிகன் ரிபப்ளிக் நாடுகளை உள்ளடக்கியது.

போர்ச்சுகல் அரசனின் பொறாமை குறித்துப் பயந்த ஸ்பெயின் அரசன் **பெர்டினாண்ட்**, ஸ்பெயின் கண்டுபிடித்த நாடுகள் ஸ்பெயினுக்கே சொந்தம் என்று ஆணையிடுமாறு கத்தோலிக்க மதத் தலைவரான போப்பை வேண்டினான். பல பேரங்களுக்குப் பின் ஜூன் *1494*இல், **வெர்டுமுனையிலிருந்து** *370* லீக் தொலைவில் வட, தென் துருவங்களை இணைத்து ஒரு கோடு இடப்பட்டது. இக்கோட்டிற்கு மேற்கே கண்டுபிடிக்கப்படும் நிலம் முழுவதும் ஸ்பெயினுக்கும், கிழக்கே போர்ச்சுகலுக்கும் சொந்தம் என்று போப் ஆணையிட்டார். அதிர்ஷ்டவசமாக, எதிர்பாராதவிதமாக இதன்மூலம் பிரேஸில் இருந்த பகுதி போர்ச்சுகலுக்குச் சொந்தமானது.

ஸ்பானிய ஆக்கிரமிப்பாளர்கள் *1521*இல் **மெக்ஸிகோ** (மெக்ஸிகோ), *1534*இல் **க்யூடோ** (ஈக்வடார்), *1535*இல் **லிமா** (பெரு), *1537*இல்

**அஸன்ஸியோன்** (பராகுவே), 1538இல் **பொகோடா** (கொலம்பியா), 1541இல் **சான்டியாகோ** (சிலி) 1538இல் **சூகர்** (பொலிவியா), 1545இல் **பெடோஸி**, 1548இல் **லபாஸ்** ஆகிய நகரங்களை ஏற்படுத்தினர். இப்படியாக அர்ஜென்டினா தவிர, மத்திய, தென்னமெரிக்காவின் பெரும் பகுதியை ஆக்கிரமித்த ஸ்பெயின் நாட்டினர், **ஸ்பானிஷ் அமெரிக்காவை** உருவாக்கினர்.

1500-ம் வருடம், போர்ச்சுகீசிய மாலுமி ஒருவன், தற்செயலாக பிரேஸில் கடற்கரையைக் கண்டுபிடித்து, போர்ச்சுகீசியக் கொடியை நாட்டினான். அங்கு கிடைத்த, சாயம் தீட்ட உதவிய சிவப்பு நிற மரக்கட்டைகளின் பெயரால், அது பிரேஸில் என்றழைக்கப்பட்டது. அதன்பின் 30 வருடங்கள் போர்ச்சுகீசியரும், பிரஞ்சுக்கரரர்களும் அக்கட்டைகளுக்காகப் போரிட்டுக் கொண்டபின் 1549-ல் பாஹியாவில் ஒரு கேப்டன் ஜெனரல் தலைமையில் போர்ச்சுகீசிய அரசு நிறுவப்பட்டது.

ஸ்பானிஷ் அமெரிக்காவில் சுமார் முந்நூறு வருடங்கள் அமைதியாக ஆட்சி நடந்தபின், 1808-10 ஆண்டுகளில் முதன்முதலாக மெக்ஸிகோ பகுதியில் ஸ்பெயினுக்கு எதிரான புரட்சிகள் தோன்ற ஆரம்பித்தன. அது பரவி, 1825-ம் வருடத்தில், அதாவது 15 வருடங்களுக்குள்ளாகவே **க்யூபா, போர்ட்டோரிகோ** தவிர ஸ்பெயினின் பிடியில் ஒரு பிரதேசம்கூட இல்லை.

இவ்விடுதலைப் போர்களின் விளைவாக 17 தனித்தனிக் குடியரசுகள் தோன்றின. ஸ்பானிஷ் அமெரிக்க விடுதலைக்கு முக்கியக் காரணமாக இருந்த **சைமன் பொலிவர் அமெரிக்கா** போன்று, ஸ்பானிஷ் அமெரிக்கக் குடியரசுகளும் ஒரே நாடாக இணைய வேண்டும் என்று கனவுகண்டது நிறைவேறாமல் போனது.

போர்ச்சுகீசிய பிரேஸிலின் விடுதலை அமைதியாக ஏற்பட்டது. 1815இல் **ரியோ டி ஜெனிரோவிலிருந்து** ஆட்சி செய்துகொண்டிருந்த போர்ச்சுகல் மன்னன் **பிரேஸிலுக்கு** போர்ச்சுகலுக்கு இணையான அந்தஸ்து அளித்தான். அடுத்த வருடம் அவனே இரண்டு நாடுகளுக்கும் மன்னனானான். 1821-ல் அவன் மகன் **பீட்ரோவை** பிரேஸிலின் ஆட்சிப் பொறுப்பில் அமர்த்திவிட்டு, அவன் **லிஸ்பன்** சென்றான். போர்ச்சுகல் மீண்டும் பிரேஸிலை அடிமை நாடாக நடத்த முனைந்தபோது, பீட்ரோ பிரேஸில் விடுதலை வீரர்களுடன் சேர்ந்துகொண்டு, பிரேஸிலின் விடுதலைக்குக் குரல் கொடுத்தான்.

இரத்தம் சிந்தாமல் கொஞ்சம், கொஞ்சமாக போர்ச்சுகல் துருப்புகள் வெளியேறின. பீட்ரோ பிரேஸில் மன்னனானான். பிறகு 1889 வரை பீட்ரோ பிரேசில் மன்னனாக மிகச் சிறப்பாக ஆண்டான். அவன் மரணத்திற்குப் பின் அது குடியரசாகியது.

ஸ்பானிஷ் அமெரிக்கா, பொலிவரின் தலைமையில் ஸ்பெயினிலிருந்து விடுதலை பெற்றவுடன் அங்கு மிகக் குழப்பமான சூழ்நிலை உருவானது. பல தேசங்களாகச் சிதறுண்டபின், ஒவ்வொரு நாட்டிலும் காடில்லோக்கள் என்றழைக்கப்பட்டவர்களின் கரங்களில் ஆட்சிப் பொறுப்பு கிட்டியது. இவர்கள் அந்தந்தப் பிரதேசங்களில் விடுதலைப் போர்களில் சிறு சிறு குழுக்களுக்குத் தலைவர்களாக இருந்தவர்கள். இவர்கள் ஏற்படுத்திய அரசியல் சட்டங்கள் அமெரிக்க அரசியல் சட்டத்தை ஒத்திருந்தாலும் ஜனாதிபதிக்கு சர்வாதிகாரச் சக்தியை அளிக்கும்படி இருந்தன. பல லத்தீன் அமெரிக்க தேசங்களின் அரசியல் சட்டம் இன்றும் அவ்வாறு உள்ளது. இக் கொடுங்கோலர்களின் ஆட்சிக்கு எதிராக ரத்தம் சிந்தப்பட்ட பல உள்நாட்டுப் போர்களுக்குப் பிறகு, ஸ்பானிஷ் அமெரிக்க தேசங்கள் ஒவ்வொன்றாக காடில்லோ சர்வாதிகாரிகளின் பிடியிலிருந்து விடுபட்டு ஜனநாயகக் குடியரசாக மாறிவருகின்றன.

லத்தீன் அமெரிக்க தேசங்கள் பலவிதங்களில் வேறுபடுகின்றன. ஒவ்வொன்றுக்கும் ஒரு தேசியப் பாரம்பரியமும், தேசியத் தலைவர்களும் இருக்கின்றனர். இருந்தபோதும் அவர்களிடையே பொதுவான குணாதிசயங்களும் உண்டு. ஐபீரிய இனத்தின் அம்சங்கள் அவர்களிடம் உண்டு. லத்தீன் அமெரிக்கர்கள் பிடுங்கி நடப்பட்ட ஐரோப்பியர்கள் இல்லை. பீடபூமியிலும், மலைப் பிரதேசங்களிலும் வாழ்ந்த இந்தியர்களோடு நெருங்கிய தொடர்பு கொண்டிருந்த ஸ்பெயின் நாட்டினர். இந்தியப் பெண்களோடு உறவு கொண்டு மெஸ்டிஜோ எனப்பட்ட கலப்பினத்தை உருவாக்கினர். பிரேஸிலில் போர்ச்சுகீசியர், உள்ளூரில் இருந்த இந்தியர்களின் ஜனத்தொகை சிறியதாக இருந்ததால், ஆப்பிரிக்காவிலிருந்து கருப்பு அடிமைகளை வேலைசெய்யக் கூட்டிவந்தனர். இவர்களின் கலப்புக் காரணமாக, ஒரு புதிய மனித இனம் தோன்றியது.

லத்தீன் அமெரிக்காவைப் புரிந்துகொள்ள, எல் டொராடோ கதையைத் தெரிந்துகொள்ள வேண்டும். ஸ்பெயின் தேசத்தினர் வருவதற்கு எண்ணற்ற ஆண்டுகளுக்குமுன், கொலம்பியாவில் எல்டொராடோ என்ற இந்தியத் தலைவனின் மனைவி அவனுக்கு துரோகம் செய்ததால் மனமுடைந்து, காடவிடா என்ற ஏரியில் குதித்துத் தற்கொலை செய்துகொண்டாள். மனம் வருந்திய தலைவன் அதன்பின் ஒவ்வொரு ஆண்டும், அவள் இறந்த தினத்தன்று, உடல் முழுவதும் கோந்தைப் பூசிக்கொண்டு, அதன்மீது தங்கத் துகள்களை ஒட்டி, தங்கத்தோலுடன் ஏரியின் மத்திக்குச் சென்று, தங்கத்தையும், ரத்தினக் கற்களையும் ஏரியில் இறைத்துவிட்டு, தானும் குதித்து உடம்பைக் கழுவிக்கொள்வான். கரையில் நிற்கும் ஆயிரக்கணக்கான

குடிமக்களும் ஏரியில் தங்கத்தையும், ரத்தினக் கற்களையும் வாரி இறைப்பர்.

இக்கதை - நடந்த கதையாகக்கூட இருக்கலாம் - படையெடுத்து வந்தவர்களைக் கவர்ந்தது. அவர்கள் அந்தத் தங்கத்திற்காக அலைந்தனர். ஒருபோதும் அதைக் கண்டுபிடிக்க முடியவில்லை. எல் டொராடோ கதை வாழ்க்கை முறையின் ஒரு குறியீடாகிவிட்டது. ஆனால் படையெடுத்து வந்தவர்களின், மெஸ்டிஜோக்களின் நம்பிக்கையை உள்ளூரில் மலைகளிலும், காடுகளிலும் வசித்து வந்த இந்தியர்கள் பகிர்ந்துகொள்ளவில்லை. அவர்களுக்கு லத்தீன் அமெரிக்கா புதிய உலகமல்ல. தங்கத்தை ஒருபோதும் சொந்த வளத்திற்காகச் சேர்க்காத அவர்களின் மூதாதையர் தங்கள் கடவுளரைக் காலம் காலமாக வணங்கிவந்த தேசம் அது. தனிமனித மரியாதை, நட்பின் அவசியம், ஓய்வின் உபயோகம், பேச்சுக்கலை, அறிவின் கவர்ச்சிகள், இனங்களின் சமத்துவம், காரியார்த்தமாக இல்லாமல் இருப்பதன் மதிப்பு, பொருட்கள், சட்டங்கள் இவற்றைவிட மனிதர்களுக்கு உள்ள முக்கியத்துவம் இவற்றை, எந்திரரீதியான, தொழில்மயமான ஓர் உலகுக்கு எடுத்துக் கூறுவதில் லத்தீன் அமெரிக்காவின் பங்கு கணிசமானது.

## அர்ஜெண்டினா (ARGENTINA)
### ஐஸிதோரோ ப்ளைஸ்டென் (Isidoro Blaisten)

ஐஸிதோரோ ப்ளைஸ்டென், தற்போது போனஸ் அயர்ஸில் வசிக்கிறார். நிறையச் சிறுகதைத் தொகுதிகள் வெளியிட்டிருக்கிறார். Flicidad (1969), EImago (1974), Dublin al sur(1980) Cerrado por melancolita (1982) carrozay reina (1986).

இக்கதையில், ஒரு உதாரணக் குடும்பத்தின் சரிவையும், அது ஏற்படக் காரணமான வாழ்க்கையின் கட்டுப்பாடற்ற உணர்ச்சிகளின் பிரதிநிதியான வெளிச் சக்தி எல்லா மனிதர்களிடமுமுள்ள மோசமான ஆசைகளின் மொத்தமான வடிவம்தான் ஃபெக்குன்டோ மாமா ஒன்றைப் பற்றியும், அதிலிருந்து விடுபட அக்குடும்பம் செய்ய நேர்ந்த பயங்கரச் செயலையும், எளிதான நடையில், இறுக்கமான வடிவில், விவரிக்கிறார். மனித மனத்தின் அடிப்படை முரண்பாடுகள் பிரக்ஞை மட்டத்திற்கு வெளிவரும்போது ஏற்படும் சிக்கல்களில் வெற்றி பெறுவது எது என்ற கேள்விக்கு அர்ஜென்டினா நாட்டின் குடும்பவாழ்க்கை பற்றிய பல செய்திகளுடன் சுவாரஸ்யமான பதில் கூறுகிறது இக்கதை.

# ஃபெக்குன்டோ மாமா
## (UNCLE FACUNDO)

ஃபெக்குன்டோ மாமாவை நாங்கள் தீர்த்துக் கட்டுவதற்குமுன்- இல்லை, அவர் இங்கு வருவதற்கு முன் - எங்கள் குடும்பம் எவ்வாறு இருந்தது என்பதை நீங்கள் அறிவதற்கு, நாங்கள் என்னென்ன பேசிக்கொண்டிருந்தோம் என்பதை உங்களுக்கு நான் சொல்லத்தான் வேண்டும்.

அம்மா சொன்னாள்: தங்கள் எஜமானர் எப்போது சாவார் என்பது நாய்களுக்குத் தெரியும். ஜுரம் இருக்கும்போது ஆபரேஷனைவிட மோசமானது எதுவும் இல்லை. பெனிஸிலின் சிவப்பு ரத்த அணுக்களைத் தின்றுவிடுகிறது. அவள் சொன்னாள், குழந்தைகள் கோடைக்காலங்களில் வற்றிப் போகின்றனர். பையன்களுக்கு அம்மாப் பித்து. பெண் பிள்ளைகளுக்கு அப்பாப் பித்து. சிதறிப் போன குடும்பத்துக் குழந்தைகள் எப்போதுமே வருத்தத்துடன் இருக்கிறார்கள். யூத டாக்டர்கள்தான் மிகச் சிறந்தவர்கள். அவள் சொன்னாள், அம்மாவின் செல்லப் பிள்ளைதான் எப்போதுமே மோசமான பிள்ளை. நிறைய வைத்திருப்பவர்கள்தான் குறைத்துச் செலவழிக்கிறார்கள். ஏன், ஏழைகளாக்கூட இருக்கலாம். நான் உள்ளுக்குள் புற்றுநோயுடன் நடமாடிக்கொண்டிருக்கிறேன் என்பதை எண்ணும்போது - அவள் சொன்னாள், சுவர்க் காகிதம் மூட்டைப்பூச்சிகளுக்கு வசதியான இடம். முன்னெல்லாம் ஃப்ளு காய்ச்சலினால் மக்கள் செத்துக்கொண்டிருந்தார்கள்.

அப்பா சொன்னார்: நீச்சல்தான் முழுமையான விளையாட்டு. ரஷ்யாவில் ஜெர்மானியர்கள் தோற்றது குளிரால்தான். சிப்பாய்களின், மாலுமிகளின், ஊர்ஊராய்த் திரியும் விற்பனையாளர்களின் மனைவிமார்களெல்லாம் ஊர் மேய்பவர்கள். நீண்ட ரேஸர்தான் க்ஷவரத்திற்கு நல்லது. பனிக்காலத்தில் சிவப்பு ஒயினையும், கோடைக்காலத்தில் பீரையும் விட்டால் வேறு ஒன்றும் கிடையாது. படுக்கையில் ஒல்லிப்பெண்களே உத்தமம். சிவப்பு ஒயினை ஒருபோதும் குளிரவைக்கக் கூடாது. வர்ஜீனியப் புகையிலையைவிட

ஆரோக்கியமானது துருக்கிப் புகையிலையே. எந்த டாக்டரும் தன் மனைவிக்குத் தானே ஆபரேஷன் செய்வதில்லை. நன்றாக வேலை செய்பவனுக்கு மாலையில் வேண்டியதெல்லாம் வறுத்த கறியும், ஒரு கிளாஸ் ஒயினும்தான். வங்கியில் பணம், ஆனால் எதிர்பார்ப்பதோ மற்றவர்களிடமிருந்து தானம். திருட்டுப் பயல்கள்-அவர்கள் கைகளை வெட்டி, **ப்ளாஸா டி மேயோவில்** தூக்கில் போடுவேன். மிகச் சிறந்த எரு குதிரைச் சாணம்தான். பூமியில்தான் நல்ல பணம் இருக்கிறது. முழுதாகச் சமைத்த கறியை உடனே சாப்பிட வேண்டும். கிராமத்துவாசிகளுக்குப் பிரச்சினைகளே தெரியாது : சோளக்கதிர் ஒன்று, முட்டைகள் இரண்டு, ஒரு கோழி, அவர்கள் விஷயம் முடிந்தது.

என் அக்கா சொன்னாள்: மழை பெய்யும்போது சினிமாவுக்குப் போவதைவிடச் சுகமானது வேறெதுவும் இல்லை. தனித்திருக்கும் பறவை வருத்தத்தில் செத்துப்போகிறது. வெள்ளைத் தோலுள்ளவர்கள் சீக்கிரம் எரிந்துபோகிறார்கள். கருப்பர்களோ அப்படி இல்லை. பெண்கள், ஆண் மாற்றி ஆண் போகிறார்கள், பிறகு... அழவைக்கும் சினிமாக்கள் எனக்குப் பிடிக்காது. நான் காலம் முழுவதும் படித்துக்கொண்டே இருக்கலாம், வெண்ணிற உடையில் கல்யாணம் செய்துகொள்ளும் சிலரைப்போல் இல்லாமல். என் பள்ளித்தலைவி ஏன் உலகளாவிய முறையை வலியுறுத்துகிறாளென்று எனக்குத் தெரியவில்லை.

நான் சொன்னேன்: வேறு வழி இல்லை, ஜெர்மானியத் தொழில்துறைக்கு ஒரு சபாஷ். ஜப்பானியர்கள் அவர்கள் எப்போதும் முதுகில் குத்துபவர்கள். நீச்சல், தசைகளைப் பலவீனப்படுத்தி விடும். பலசாலிப் பையன்களின் கோபம் சீக்கிரம் அடங்கிவிடும். பட்டம் பெறும்வரையில் பெண்கள் என்ற பேச்சே கூடாது. என்னைக் கேட்டால் வகுப்பறைக்குள் அரசியல் நுழையக்கூடாது.

மாமா ஃபெக்குன்டோ வரும்வரையில் எங்கள் குடும்பம் இப்படித்தான் இருந்தது. ரெட்டிரோ ஸ்டேஷனில் ரயில்வே சரக்கு அலுவலகத்தில் அப்பா வேலை செய்துகொண்டிருந்தார். அவர் தினமும் காலையில் ஐந்துக்கெல்லாம் எழுந்து, முதல் பக்கத்திலிருந்து கடைசிப் பக்கம் வரை **'க்ளேரின்'** படித்தபடி, தன் வழக்கமான **மாடேவை** அருந்திவிட்டுப் பின் ஏழு கட்டிடங்கள் தள்ளி இருந்த **சாவெட்ரா** ஸ்டேஷனுக்கு நடந்தேபோவார். அம்மா வீட்டைக் கவனித்துக்கொள்வாள். செடிகளுக்குத் தண்ணீர் விடுவாள். கம்பியால் மரத்திலோ, தோலிலோ படங்கள், டிஸைன்கள் வரைவது, என் அக்காவின் பொழுதுபோக்கு. அவள் ஒரு பள்ளி ஆசிரியை; சமூகசேவகியாவதற்குப் படித்துக் கொண்டிருந்தாள். நான் பொருளாதாரம் படித்தேன். **கசிமீரஸ் போன்பார்ட்** என்ற ஜவுளிக் கம்பெனியில் கணக்குப் பிரிவில் வேலை.

நாங்கள் குழந்தைகளாக இருந்தபோது, அப்பாவும் அம்மாவும் எப்போதும் ஃபெக்குன்டோ மாமாவைப் பற்றிக் குசுகுசு என்று பேசியது நினைவிருக்கிறது. ஆனால் நானோ, அக்காவோ வந்துவிட்டால், எப்போதும் அவர்கள் பேச்சை நிறுத்திவிடுவார்கள். கோடைக் காலங்களில் அப்பா இரவுச் சாப்பாட்டிற்குப்பின் அம்மாவின் வழக்கமான பிரம்பு நாற்காலி, தன்னுடைய குட்டை நாற்காலி, எனக்காக (நான் உட்கார்ந்து ஆடும்) வியன்னா நாற்காலி, அக்காவின் மடக்கு நாற்காலி எல்லாவற்றையும் வெளியே கொண்டுவந்து போடுவார்.

அந்த இரவுகளில் அப்பா பின்தோட்டத்தில் வளர்ந்து வரும் சுவர் பற்றியும், தன் கடிதம் 'க்ளேரினி'ல் வந்த காலம் பற்றியும் மீண்டும் பேசுவதும், உடனே அம்மா - ஏன் என்று எனக்குத் தெரியவில்லை- ஃபெக்குன்டோ மாமாவைப் பற்றி ஏதாவது சொல்லுவதும் வழக்கமாக நடக்கும்.

ஃபெக்குன்டோ மாமா அம்மாவுக்கும், **ஃபெர்மினா** பெரியம்மாவிற்கும் சகோதரர். அப்பாவுக்கும், எங்களுக்கும் அவரைத் தெரியாது. அப்பாவும் அம்மாவும் காதலர்களாய் இருக்கும்போதே ஃபெக்குன்டோ மாமா காணாமல் போய்விட்டார். இவற்றையெல்லாம் புரிந்துகொள்ளும் வயது எங்களுக்கு வந்தபோது அம்மா, **சான்டா ஃபே**ா மாகாணத்திலுள்ள **காஸில்தாவில்** ஃபெக்குன்டோ மாமா கல்யாணம் செய்துகொண்டதுபற்றியும், அவரது மனைவி மர்மமான முறையில் இறந்ததுபற்றியும், ஃபெக்குன்டோ மாமாதான் அவளைக் கொன்றுவிட்டார் என்று எங்கும் நிலவிய ஊர் வம்பு (ஃபெர்மினா பெரியம்மா உள்பட) பற்றியும், எங்களுக்குச் சொன்னாள். அம்மாவின் குடும்பத்தின் கோடாலிக்காம்பு ஃபெக்குன்டோ மாமாதான். ஃபெர்மினா பெரியம்மா, தன்னைப் பொறுத்தவரை, தனக்கு அண்ணனோ, தம்பியோ கிடையாது என்றும், எங்கள் பாட்டி மனமுடைந்து செத்துப்போனதற்கு அவன்தான் காரணம் என்றும் சொல்வாள்.

ஒரு நாள் ஃபெக்குன்டோ மாமாவிடமிருந்து ஒரு தந்தி வந்தது. அதில் 'அன்புள்ள குடும்பத்தினர்க்கு, 10ம் தேதி, வெள்ளிக்கிழமை வருகிறேன், போஸாதாஸ் சர்வதேச ரயிலில்.' என்று இருந்தது.

அப்பா, அவர் எங்களோடு தங்குவதைக் கடுமையாக எதிர்த்தாலும், அம்மா, அவன் என்ன இருந்தாலும் என் சகோதரன், பாவம், தனிமையில் வாடுகிறான்போலிருக்கிறது, பெரியம்மா ஃபெர்மினாவோடு தங்காமல், நம் வீட்டில் தங்க முடிவு செய்திருக்கிறான் என்றால் அதற்கு ஏதாவது நல்ல காரணம் நிச்சயமாக இருக்க வேண்டும் என்று சொன்னாள்.

எப்படியோ அந்த வெள்ளி இரவு 11.45க்கு நாங்கள் எல்லோரும் சக்காரிட்டா ஸ்டேஷனில் இருந்தோம். ரயில் இரண்டு மணி நேரம்

தாமதம். ஸ்டேஷன் 'கஃபே'யில் நாங்கள் காத்துக்கொண்டிருந்தபோது, ஒரு விவாதம் தொடங்கியது.

ஃபெக்குன்டோ மாமா ஒரு உதவாக்கரை; அப்பா சொன்னார், இருந்தாலும் பரவாயில்லை, ஒருசில நாட்கள் தங்கலாம், ஆனால் அவன் வாழ்நாள் முழுவதும் நான் அவனை வைத்துக் காப்பாற்றுவேன் என்ற எண்ணம் அவனுக்கு வரக்கூடாது. அம்மாவும், என் அக்காவும், மலையுச்சியின் விளிம்பில் ஊசலாடிக்கொண்டு கஷ்டப்படும் ஒருவனுக்கு பிறர் உதவி செய்வதைவிட்டு விரல்களையா மிதித்து நசுக்குவது ஏன் என்று கேட்டனர். நான் ஒன்றும் சொல்லவில்லை. ரயிலும் வந்து சேர்ந்தது.

ஃபெக்குன்டோ மாமாவைத் தேடச் சற்றுநேரம் பிடித்தது. அம்மாவுக்கு மட்டும்தான் அவரைத் தெரியும் என்பதால் நாங்கள் அவளையே பார்த்துக் கொண்டிருந்தோம். கடைசியில், அம்மா அவரைப் பார்த்துவிட்டாள். ஷூ பெட்டி அளவு ஒரு பொட்டலத்தைப் பிடித்துக்கொண்டு ஒரு தூணில் சாய்ந்தபடி நின்றுகொண்டிருந்தார்.

அவரைப் பார்த்தவுடனேயே, என் வாழ்நாள் முழுவதும் அவரை அறிந்திருந்ததுபோல் எனக்கு ஓர் உணர்வு. அப்படி ஓர் உணர்வை அவர் எவரிடமும் ஏற்படுத்திவிடுவார். அம்மாவை அப்படியே தூக்கி முத்தமிட்டார். அப்பாவை இறுகக் கட்டிக்கொண்டதில் அப்பாவுக்கு இருமலே வந்துவிட்டது. கல்யாணப் பெண்ணைத் தூக்குவதுபோல் ஏஞ்சலிட்டாவைத் தூக்கினார். என் தோளில் கை வைத்து ஒன்றும் பேசாமல், அவருடைய கூட்டாளியைப் பார்ப்பதுபோல் உற்றுப் பார்த்தார்.

"வாங்க, வாங்க. மது அருந்தலாம். உங்களுக்குச் சில பொருட்களைக் காட்டப்போகிறேன்." என்றார்.

முதலில் ஃபெக்குன்டோ மாமாவின் பொருட்களை எடுத்து வரவேண்டும் என்று அப்பா சொன்னார். ஆனால் அந்த ஷூ பெட்டியைத் தவிர அவரிடம் ஒன்றுமில்லை.

'கஃபே'யில் எல்லோருக்கும் வெள்ளை ஒயின் ஆர்டர் செய்தார். அப்பாவும், அம்மாவும் ஒருவரை ஒருவர் பார்த்துக் கொண்டனர். அப்பா தவிர-அதுவும் ஓரிரு சொட்டுகள் ஒயின் நிறையச் சோடாவுடன்-நாங்கள் யாரும் ஒயின் அருந்தியதில்லை. அக்காவுக்குக் கால் தரையில் பாவவில்லை. அவர் என்ன கொண்டுவந்திருக்கிறார் என்ற ஒரே நினைப்புத்தான். உண்மையில், எல்லோருமே ஒரு புரியாத நிலையில்தான் இருந்தோம். ஒயினைக் குடித்தோம். இரண்டாவது முறைகூட. அம்மா அடையாளம் தெரியாதபடி மாறியிருந்தாள். சத்தம்போட்டுச் சிரித்துக் கொண்டிருந்தாள். அதுவும் மாமா அந்த

ஷு பெட்டியைத் திறந்து, இந்தியப் பெண்களால் நெய்யப்பட்ட ஒரு பராகுவே சால்வையை அவளுக்குக் கொடுத்தபோது அவள் சிரிப்பு அதிகமாகியது. அது அழகாகவும், கண்ணைப் பறிக்கும் வர்ணங்களிலும் இருந்தது. அப்படி ஒரு சால்வை வேண்டுமென்று அம்மாவுக்கு எப்போதும் ஆசை.

அந்த இரவில் மாமா ஃபெக்குன்டோ எங்களைக் கவர்ந்திழுத்து விட்டார். நாங்கள் எப்போதும் விரும்பிய பொருட்களையே எங்களுக்குப் பரிசுகளாகக் கொடுத்தார். அப்பாவுக்கு ஒரு பெட்டி 'ஹவானா' சுருட்டுக்கள் - ஹவானா ஹவானாக்கள். அப்பாவின் நண்பர் மிச்சலினி பிரேஸிலிலிருந்து கொண்டு வந்து கொடுப்பதுபோல் நாற்றமடிக்கும், சிறு சிறு துண்டுகளாக இல்லாமல், மிகச் சிறந்தவையாக, மிக விலை உயர்ந்தவையாக இருந்தன. அவை நிஜ ஹவானாக்கள்.

அக்காவுக்கு ஒரு மோதிரமும், பொருத்தமான நெக்லஸும் ஒன்றுக்குள் ஒன்றை நுழைத்து, சின்னதாகவோ, பெரியதாகவோ ஆக்கக்கூடியதாய் அதன் வளையங்கள் இருந்தன. எல்லா வளையங்களையும் பொருத்திவிட்டால் தங்க, வெள்ளிப் பகுதிகளுக்கிடையில் ஒரு கடல்நீலக் கல்லும் தொங்கும். அக்காவுக்கு ஒரே சந்தோஷம்; மாமாவுக்கு முத்தம் கொடுத்தாள்.

எனக்கு ஒரு கத்தி கொடுத்தார். அது, குட்டி மரச்சின்னம் பொறிக்கப்பட்ட 'சோலிங்கன்' கத்தி என்று பார்த்ததும் எனக்குக் குமட்டல் ஏற்பட்டது என்று நினைக்கிறேன். தங்கம் பதிக்கப்பட்ட உறையும், கைப்பிடியுமாக அழகான வேலைப்பாட்டுடன் அது இருந்தது. நான் அதுபோல வேறொன்றைப் பார்த்ததே இல்லை.

கடைசியாக ஒரு சுற்று ஒயின். அப்பா பணம் கொடுத்தார். எல்லோரும் டாக்ஸியில் வீடு திரும்பினோம். அன்றிரவு மாமாவைத் தவிர நாங்கள் யாரும் இமைப்பொழுதுகூடத் தூங்கவில்லை.

அந்த முதல்சுற்றில் ஃபெக்குன்டோ மாமா எங்களை ஜெயித்து விட்டார். அதனால் அவருக்கு என்ன கிடைத்தது என்று எனக்குப் புரியவில்லை. ஆனால் அவரைக் கொன்றதால் எங்களுக்குத்தான் என்ன கிடைத்தது என்றும் எனக்குப் புரியவில்லை. ஒரு தலையணையால் அழுத்தி அவர் மூச்சை நிறுத்தினாளே அம்மா, அவளுக்கு என்ன கிடைத்தது? அவர் கழுத்தை நெரித்த அப்பாவிற்கும், அவர் கொடுத்த கத்தியை அவர் நெஞ்செலும்புக்கும், இதயத்துக்கும் நடுவில் சொருகிய எனக்கும், ஒரு ரேஸர் பிளேடால் அவர் மணிக்கட்டுகளை அறுத்த அக்காவுக்கும் என்ன கிடைத்தது?

இல்லை, எல்லாம் ஒரு பலனும் தரவில்லை. ஃபெக்குன்டோ மாமா, ஒரு நீச்சல் வீரனைப்போல் பக்கவாட்டில், சுருங்கியோ,

இல்லாமலோ தோட்டச்சுவரில் புதைந்து, இன்றும் இருக்கிறார். ஒவ்வொருநாளும் சூரியன் சுவர்க் காரையை இறுக்கும்போது, அவர் உடம்பு இருந்த இடம் இப்போது ஒரு பொந்தாக இருக்கலாம். மாமா ஃபெக்குன்டோ் இன்றும் அங்கிருக்கிறார். ஆனால் இதெல்லாம் பின்னால், ரொம்பப் பின்னால் அவரைக் கொல்வதைத் தவிர எங்களுக்கு வேறுவழியில்லை என்றபோதுதான் நடந்தது.

மறக்கமுடியாத அந்த இரவுக்கு மறுநாள் காலை ஃபெக்குன்டோ மாமாதான் முதலில் படுக்கையிலிருந்து எழுந்தார். இதுகூட மறக்க முடியாததாய் ஆகிவிட்டது. ஏனென்றால் அதன்பின் தினமும் அவர் காலம் முடியும்வரையிலும் (அதன்பின் அது முடியாத காரியமாகி விட்டது) அவரை எழுப்புவது பெரிய காரியம்.

சனிக்கிழமையன்று, ஃபெக்குன்டோ மாமா பின் தோட்டத்திற்குப் போயிருந்தபோது, அங்கு, பின்னால் அவரது கல்லறையாகப் போகும் அந்தச் சுவருக்குப் பக்கத்தில் எரிபொருட்கள் போட்டுவைக்கும் காலி தார் டப்பாக்கள் சிலவற்றையும், சில உபகரணங்களையும் பார்த்தார். அவற்றைக் கொண்டு, அம்மாவுக்காக ஒரு சிறிய செட் மூலை அலமாரித் தட்டுக்கள் செய்தபின் ஒரு கோப்பை 'மாடே'வுடன் சென்று அவளை எழுப்பினார்.

நண்பகல் சமயத்தில், நாங்கள் எல்லோரும் எழுந்து ஃபெக்குன்டோ மாமா செய்திருந்தவற்றைப் பார்த்தபோது, அவர் கைத்திறன் எங்களை ஆச்சர்யப்படவைத்தது. அப்போதுதான் அவர், கைகளால் செய்வதுதான் உண்மையான வேலை, மற்றதெல்லாம் - கணக்கு. வேலை, எழுத்து வேலை - வெறும் போலி, திருட்டுத்தனம் என்றார்.

அன்று மதிய உணவு வெகுவிமரிசையாக இருந்தது. மாமா, தான் ஆன்ட்ரேரியோவில் நெல் அறுவடை செய்தது, கோரியண்டியில் கால்நடைப் பண்ணைகளில் வேலைசெய்தது இவற்றைப் பற்றி எங்களுக்கெல்லாம் சொன்னார். அவர் காசில்தாவில் கல்லறைவெட்டியாக இருந்த கதைதான் எல்லாவற்றிலும் ரொம்பத் தமாஷ். இதைச் சொல்லும்போதுதான், மேலும் இரண்டு பாட்டில்கள் ஒயின் வாங்கிவரச் சொல்லி என் அக்காவை அனுப்பினார். பிறகு அம்மா கண்களில் ஒளியோடு, லாட்டரி விளையாட்டு விளையாடலாம் என்றழைத்தபோது, ஃபெக்குன்டோ மாமா லாட்டரியைவிட போக்கர் விளையாட்டு சுவாரசியமாக இருக்கும் என்றார். எங்களில் யாருக்கும் போக்கர் விளையாட்டு தெரியாததால், ஒருவரை ஒருவர் பார்த்து விழித்தோம். சீட்டுக்கட்டு வேறு ஒரு பிரச்னை.

அம்மா போக்கர் விளையாட என்னென்ன கார்டுகள் தேவை என்று கேட்டபோது, ஃபெக்குன்டோ மாமா விளக்கினார். அம்மா கார்டுகளைத் தேட அலமாரியைக் குடையப்போனாள். ஒரு செட்

ட்ராப்ட்ஸ், எண்கள் குறிக்கப்பட்ட அட்டை, இரண்டு சீட்டுக்கட்டுகள், டோக்கன்கள் இவை இருந்த மூடிய ஒரு பெட்டியுடன் திரும்பி வந்தாள். இவற்றையெல்லாம் 'காத் & ஷேவ்ஸ்' கடையில் விற்பனையில் அவள் வாங்கி இருந்தாள்.

சீட்டுக்கட்டைச் சுற்றியிருந்த பேப்பரைக் கிழித்துக் காட்டியபடி, "இவை சரியான கார்டுகளா?" என்று கேட்டாள்.

அதிர்ஷ்டவசமாக அவை சரியான கார்டுகளே. ஃபெக்குன்டோ மாமா விளையாட்டை எங்களுக்குச் சொல்லிக் கொடுத்தார்.

நாங்கள் இதுவரை விளையாடாத, மிகவும் அற்புதமான, விறுவிறுப்பான விளையாட்டாக 'போக்கர்' இருந்தது. முதலில், டோக்கன்களுக்கு மதிப்பில்லை. பின்பு, பத்து பெஸோக்கள், பின் ஐம்பது பெஸோக்கள், கடைசியில் நூறு பெஸோக்கள். அப்பா இன்னும் இரண்டு பாட்டில்கள் ஒயின் வாங்கிவரச் சொல்லி அக்காவை அனுப்பும்போது, ஃபெக்குன்டோ மாமா ஒயினைவிட இரண்டு பாட்டில்கள் மலிவான ரம் நல்லது என்றார். ஏஞ்சலிட்டா வெளியே போகும்போது, ஃபெர்மினா பெரியம்மா உள்ளே நுழைந்தாள்.

மேஜைமேல் இருந்ததைப் பார்த்தவுடன், ஃபெர்மினா பெரியம்மா கிட்டத்தட்ட மூர்ச்சையாகிவிட்டாள். இத்தனை வருடங்கள் கழித்துப் பார்த்தும் மாமாவிற்கு 'ஹலோ'கூடச் சொல்லவில்லை. பதிலாக, அவரை அவமானப்படுத்தினாள். பல வார்த்தைகளைச் சொல்லித் திட்டினாள். பாதி போதையில் இருந்ததுபோல் தெரிந்த அம்மா, அவரைக் காப்பாற்ற விரைந்தாள். அப்பா, எங்கோ நினைவாக தலையை, ஆட்டியபடி, "அமைதியாயிருங்கள், எல்லோரும் அமைதியாயிருங்கள்" என்று சொல்லிக்கொண்டிருந்தார்.

ஆனால் திடீரென்று அப்பா எழுந்து, மேஜைக்குக் குறுக்கே கையை நீட்டி, அதன் மேலிருந்த பொருட்களை டோக்கன்கள், சீட்டுக்கள், பணம் நிலைகுலைந்து விழச்செய்து, அக்காவிற்கு ஒரு அறை கொடுத்தார்.

"முட்டாள், எதற்குக் காத்துக்கொண்டிருக்கிறாய்?", அவர் வெடித்தார். "போ, போய் உடனே ரம் வாங்கி வா."

அப்பா, அக்காவிற்கு எதிராகக் கை ஓங்கியதை என் வாழ்நாளில் முதல் தடவையாக அப்போதுதான் பார்க்கிறேன். ஏஞ்சலிட்டா மூலைக்கடைக்கு ஓடினபோது, மாமா புகைபிடிக்கத் தோட்டத்திற்குப் போனார். அவர் அங்கே அந்தப் பின்சுவருக்கு அருகில், அப்போதுதான் வெளிவரத் தொடங்கியிருந்த நட்சத்திரங்களை நிமிர்ந்து பார்த்தபடி நின்றார்.

இப்போது நினைத்துப் பார்க்கும்போது, அந்தச் சுவர் - வாய், கண், எல்லாம் சிமிண்ட் அடைத்து, செங்கல்லுக்குப் பின்னால் அவர் புதைந்திருக்கும் அந்தச் சுவர் - மாமாவுக்கும் பிடித்திருந்தது என்று தோன்றுகிறது. இப்போது அவரது எலும்புகளைச் சுற்றி காற்றைத் தவிர வேறு எதுவும் மிச்சமிருக்காமல் இருக்கலாம். சுவரைத் தட்டிப் பார்த்துத்தான் கண்டுபிடிக்க வேண்டும்.

கடைசியாக, ஃபெர்மினா பெரியம்மா சென்றபோது, முதலில் ஒருவருக்கும் பசியில்லை. ஆனால் சிறிதுநேரம் கழிந்தவுடன் ஃபெக்குன்டோ மாமா ஜோக் அடிக்க ஆரம்பித்தார். என் அக்காவை மீண்டும் இரண்டு பாட்டில்கள் ஒயின் வாங்கிவர அனுப்பினார். அம்மாவுக்கு 'சால்டிம்போகா அலா ரொமானா' சமைப்பது எப்படி என்று கற்றுக் கொடுத்தார். அன்று எங்களுக்கு ராஜவிருந்து. இரண்டு பாட்டில்கள் ரம் அருந்தினோம். காலை ஆறு மணிவரை போக்கர் விளையாடிக்கொண்டே இருந்தோம்.

மறுநாள் அக்கம்பக்கத்தில் ஒரே புகார். தனது வாழ்வில் முதல் முறையாக வேலைக்கு மட்டம் போட்ட அப்பா, மிச்சலினியை அடிக்க விரும்பினார்.

இப்படித்தான் எல்லாம் தொடங்கியது. ஒவ்வொரு சனிக்கிழமையும், ஞாயிற்றுக்கிழமையும், அப்பாவும், ஃபெக்குன்டோ மாமாவும் குதிரைப் பந்தயத்துக்குப் போனார்கள். அம்மா பந்தயத்தில் பணம்கட்ட எங்கள் குடும்பச் சேமிப்பைத் தந்தாள்.

ஏஞ்சலிட்டா தன்கூட வேலை செய்யும் தோழிகளை எல்லாம் வீட்டிற்கு அழைத்துவருவாள். ஃபெக்குன்டோ மாமா அவர்களுக்கு 'டாங்கோ நடனம்' கற்றுக்கொடுப்பார். அவர்களைப் படுக்கையில் அனுபவிப்பார். அம்மாவோ, வேர்கள் முழுவதுமாக அறுபட்டு, இரவுதோறும் இளம்கவிஞன் ஒருவனோடு வெளியே போய்விடுவாள். 'இதுதான் நல்லது, இதுதான் வாழ்க்கை, இதை அப்படியே இறுகப் பிடித்துக்கொள்ளவேண்டும். அழகும் ஆபாசமும் இதில் கைகோர்த்துச் செல்ல வேண்டும். சண்டைகள் இல்லாத காலங்களில் மக்களின் பெரிய பிரச்சினை சலிப்புதான்.

அதனால்தான் உங்கள் அண்டைவீட்டுக்காரர்கள், எப்போதும் ஜன்னலுக்கு வெளியே எட்டிப் பார்த்துக்கொண்டு, அடுத்தவர்களுடைய வாழ்க்கையை வாழ்ந்து கொண்டிருக்கிறார்கள்' என்று ஃபெக்குன்டோ மாமா சொன்னார். 'ஏமாற்றமடைந்தவர்களின் கவர்ச்சிக் கனவுகளில் ஒன்றுதான் 'கிசுகிசு'. நிஜவாழ்க்கை உப்புச்சப்பில்லாத வெறும்குப்பை என்பதால்தான், மக்கள் உயிரோட்டமுள்ள வாழ்க்கை காணப்படும் செக்ஸ் மற்றும் குற்றப் பத்திரிகைகளைப் படித்துக் குவிக்கிறார்கள். அவர்களுக்கு அவை தேவைதான்.'

ஃபெக்குன்டோ மாமா சொல்லும் விஷயங்களைக் கேட்க நான் என் வகுப்பறைத் தோழர்களை வீட்டிற்கு அழைத்துவருவேன்.

இதுவரையில் எல்லாம் ஒழுங்காகத்தான் இருந்திருக்க வேண்டும். ஒரு ஈக்குக்கூட தீங்கு செய்யமுடியாத அப்பா, எங்கள் அக்கம்பக்கத்து வீட்டுக்காரர்களில் அனேகரை அடித்துவிட்டார். அவர்களெல்லாம் முதலில் அப்பாமேலிருந்த மதிப்பினால் எங்கள் வீட்டிற்கு வந்தவர்கள். ஆனால் இப்போது, அப்பாவின் பின்னாலேயே போவதும், அவருடைய சித்திரங்களைப் புகழ்வதும் அவர்களுக்கு வாடிக்கையாகிவிட்டது.

அப்பா, தன்னுள் மறைந்திருந்த தொழில் திறமையைக் கண்டுபிடித்துவிட்டதாக ஃபெக்குன்டோ மாமா சொன்னார். வீடு முழுவதும் அப்பா வரைந்த படங்கள் தொங்கின. மிச்சலினி அடிக்கடி வந்து, மணிக்கணக்காக அவற்றைப் பார்த்துக் கொண்டிருப்பார். சிலசமயங்களில் அவர் கண்ணீர் பனிக்க, அப்பாவின் முதுகில் தட்டிக்கொடுத்துவிட்டு ஒன்றும் பேசாமல் சென்றுவிடுவார்.

நானும் மாறிவிட்டேன். என்னுள் இருந்த காந்த சக்தியை உணர்ந்தேன். என் வகுப்பிலிருந்த பெண்களும் அதை உணர்ந்தார்கள். என்மீது மயக்கத்துடன் அவர்கள் என்னுடன் வீட்டிற்கு வந்தார்கள்.

வாழ்க்கையை முழுமையாக வாழ்ந்தோம். எப்படி நிரப்புவது என்று கவலைப்பட ஒரு வினாடியோ, ஒரு மயிர் கனமுள்ள வெற்றிடமோ, எங்களுக்கு இல்லை. ஒவ்வொன்றிற்கும் வாழ்க்கை என்னும் கிரீஸ் போடப்பட்டிருந்தது. ஒவ்வொரு இரவும் நடனம், போக்கர், மாமாவின் காலடியில் அமர்தல். அம்மா அந்த இளம்கவிஞனின் புதிய கவிதையை வாசிப்பாள்; அப்பா படம் வரைவார். பந்தயப் புத்தகம் படிப்பார், சண்டைகளில் இறங்குவார். ஒரு துளிவிடாமல் வாழ்க்கையைப் பிழிந்துவிட்டோம்.

ஆனால் என் அக்கா இடதுசாரி அறிவுஜீவி என்று தன்னை எண்ணிக்கொண்டதால் இந்தச் சமயத்தில் அவளுடைய மனச்சாட்சி குறுக்கிட்டது. முதலில் இதெல்லாம் பூர்ஷ்வா காம உணர்வுகளின் மனிதத்தன்மையை மழுங்கடிக்கும் விளைவு என்றாள். பின் கத்தோலிக்கர்களுக்கும், மார்க்சியவாதிகளுக்கும் இடையே இருந்த முரண்பாடுகள்பற்றிப் பேசினாள். அப்பாவின் ஒரே விருப்பம் அவளை அடிக்கவேண்டும் என்பதுதான். அந்தச் சமயத்தில்தான் ஃபெர்மினா பெரியம்மாவும், ஏஞ்சலிட்டாவும் கூட்டுச் சேர்ந்தனர்.

தன் செல்லமான வெறுப்புக்களை அசைபோட்டுக் கொண்டிருப்பது ஃபெர்மினா பெரியம்மாவிற்குப் பிடிக்கும். ஃபெக்குன்டோ மாமா வந்ததிலிருந்து, எங்களுக்கு அறிவுரை சொல்வதற்காக அவள் இரண்டு, மூன்றுமுறை வீட்டிற்கு வந்திருந்தாள். ஆனால் அவள்மீது

லத்தீன் அமெரிக்கச் சிறுகதைகள்

கண்கள்பட்டாலே அவளை அடிக்கவேண்டும் என்று விரும்பிய அப்பாவிடம் அவளுக்கு பயம். இப்பொழுது அவளுக்கு நல்ல சந்தர்ப்பம்.

என் அக்காவின் ஒத்தாசையுடன், ஃபெர்மினா பெரியம்மா செய்த முதல் காரியம், ஒரு ஞாயிற்றுக்கிழமை நாங்கள் எல்லோரும் தூங்கிக்கொண்டிருந்தபோது, வீட்டிற்குள் நுழைந்து, வர்ணம் குழைக்கும் கத்தியால் அப்பாவின் சித்திரங்களை ஒன்றுவிடாமல் கிழித்ததுதான்.

பாவம், அப்பா! மீண்டும் 'டோரியன்க்ரே' உருவமாகிவிட்டார். கிழிக்கப்பட்ட ஓவியத்துணிகள், பிதுக்கப்பட்ட வர்ணக் குழாய்கள், மிதித்து நசுக்கப்பட்ட வர்ணத் தூக்குகள் இவற்றையெல்லாம் பார்த்தபோது அப்பாவின் முகம் எப்படி இருந்தது என்று எனக்கு நினைவிருக்கிறது. அவர் ஒன்றும் பேசவில்லை. ஆனால் அடுத்த நாள் காலை திங்கட்கிழமை அவர் பழைய அப்பாவாக இருந்தார். காலை ஐந்துக்கெல்லாம் எழுந்தார். 'மாடே' அருந்தினார். முதல் பக்கத்திலிருந்து கடைசிப் பக்கம் வரை 'க்ளேரின்' படித்தார். அன்று மாலை தன் குட்டை நாற்காலியை வெளியே கொண்டுபோனார். அந்தச் சமயத்தில் நாங்களெல்லோரும் நடனம் ஆடிக்கொண்டோ, போக்கர் விளையாடிக்கொண்டோ, அந்த இளம் கவிஞனது கவிதைகளைக் கேட்டுக்கொண்டோ வீட்டிற்குள் இருந்தோம்.

இப்போது விழித்துக்கொண்டது அப்பாவின் முறை. அவர் ஃபெர்மினா பெரியம்மாவுடனும், அக்காவுடனும் சேர்ந்து கொண்டார். ஆனால் ஃபெர்மினா பெரியம்மா அடுத்த நடவடிக்கை எடுப்பதற்குமுன்பே, அவள் என்னையும் மாற்றுவதற்குமுன்பே, (அம்மாதான் கடைசியாக விட்டுக்கொடுத்தாள். ஆனாலும் ஃபெக்குன்டோ மாமாவை தலையணையால் அழுத்தி மூச்சடைத்த போது, அவள்தான் அதிக வெறியைக் காட்டினாள்) ஏன், அப்பா மாறுவதற்கும் முன்பேகூட அவளுக்குச் சாதகமாக, அவள் வேலை எளிதாகும்படி ஏதோ ஒன்று சரியத் தொடங்கியிருந்தது. அப்பா நடைப்பிணம்போல் நடமாடிக்கொண்டு, முழுவதும் மாறியவராய், ரஷ்யாவில் போரில் ஜெர்மானியர்கள் தோற்றது குளிரால்தான் என்று விளக்கிக்கொண்டிருந்தபோது நாங்கள் ஃபெக்குன்டோ மாமாவின் பக்கத்தில் வாழ்க்கையை முழுவதுமாக வாழ்ந்த முரண்பாடுதான் அது.

என்னை ஜெயிப்பது பெரியம்மாவுக்குக் கஷ்டமாக இல்லை. அதற்குள் எங்கள் வாழ்க்கை சரியத் தொடங்கியிருந்தது. அம்மாதான் பெரிய கஷ்டமாக இருந்தாள். அவள் அந்த இளம்கவிஞனின் காதலி (ஃபெக்குன்டோ மாமாவின் கூற்றுப்படி, அவன் அவளிடம் தாயையும், பெண்ணையும் ஒருசேரப் பார்த்தான்). அந்தப் பையனும்

அம்மாமீது பைத்தியமாக இருந்தான். அவளைப் பற்றி அற்புதமான கவிதைகளை எழுதினான். ஆனால் அம்மா தனியாக இருந்தாள்.

அப்போது ஃபெர்மினா பெரியம்மாவிற்கு ஒரு சந்தர்ப்பம் வாய்த்தது. அம்மாவைத் தனியே இழுத்துக்கொண்டுபோய், "நீ மட்டும்தான் பாக்கி. ஒன்று நாம் ஃபெக்குன்டோவைக் கொல்ல வேண்டும். இல்லாவிட்டால் உன் கவிஞனைக் கொல்லவேண்டும்" என்ற தர்மசங்கடமான தேர்வை அம்மா முன் வைத்தாள்.

காதல் ஜெயித்தது. அன்று இரவு ஃபெக்குன்டோ மாமாவைக் கொல்ல நாங்கள் முடிவுசெய்தோம். தன் முகத்தில் மறக்கமுடியாத ஒரு புன்னகையுடன் ஃபெக்குன்டோ மாமா தூங்கிக்கொண்டிருந்தார். அப்பா அவர் கழுத்தை நெரித்தார். நான் அவர் நெஞ்செலும்புக்கும், இருதயத்திற்கும் மத்தியில் கத்தியால் குத்தினேன். என் அக்கா ஒரு ரேஸர் பிளேடால் அவர் மணிக்கட்டுகளை அறுத்தாள். ஃபெர்மினா பெரியம்மா எல்லாவற்றையும் ஏற்பாடுசெய்து நடத்தினாள். அம்மாவைப் பிரித்து, இழுப்பதுதான் கஷ்டமாக இருந்தது. ஃபெக்குன்டோ மாமாவின் முகத்திலிருந்து தலையணையை எடுக்க அவள் விரும்பவேயில்லை.

அவரைப் பக்கவாட்டில் படுக்கவைத்துச் சுற்றிலும் சுவர் எழுப்பி விட்டோம். முழுக்கதையும் இவ்வளவுதான்.

சூரிய வெப்பத்தில் சுண்ணாம்பாகிக் கொண்டு சுவரின் ஒரு பகுதியாக ஃபெக்குன்டோ மாமா இப்போது தோட்டத்தின் மூலையில் இருப்பதை சோகத்தின் சாயல் இல்லாமல் என்னால் பார்க்கமுடியவில்லை - குறிப்பாக அப்பா, அம்மாவின் பிரம்பு நாற்காலியையும், தன்னுடைய குட்டை நாற்காலியையும், எனக்காக (நான் உட்கார்ந்து ஆடும்) வியன்னா நாற்காலியையும், அக்காவிற்கு மடக்கு நாற்காலியையும் வெளியே கொண்டுவந்து போடும், 'நாய்களுக்குத் தெரியும் தங்கள் எஜமானர் எப்போது சாகப் போகிறார் என்று" என்று அம்மாவும், 'பூமியில்தான் நல்ல பணம் இருக்கிறது' என்று அப்பாவும், 'என் பள்ளித்தலைவி 'உலகளாவிய முறை'யை ஏன் வலியுறுத்துகிறாள் என்று எனக்குப் புரியவில்லை' என்று என் அக்காவும், 'ஜப்பானியர்கள், எப்போதும் முதுகில் குத்துபவர்கள்' என்று நானும் சொல்லும் அந்தக் கோடைக்காலத்து இரவுகளில்.

தமிழில் - **விஜயகுமார்**

# ஜோர்ஜ் லூயி போர்ஹே

## (JORGE LUIS BORGES)

**1899**-ம் ஆண்டு, போனஸ் அயர்ஸில் (Buenos Aires) பிறந்த ஜோர்ஜ் லூயி போர்ஹே, தாய் வழியிலும், தந்தை வழியிலும் அர்ஜெனன்டினாவின் விடுதலை இயக்க வீரர்களின் வம்சத்தைச் சேர்ந்தவர். லத்தீன் அமெரிக்க இலக்கியம் முதிர்ச்சி பெற்றதன் சின்னமான போர்ஹே, இந்நூற்றாண்டின் மிகுந்த செல்வாக்குப் பெற்ற எழுத்தாளராகத் திகழ்ந்தார். தனது தந்தை ஆங்கிலப் பேராசிரியராக இருந்ததால் மிகச் சிறுவயதிலேயே ஆங்கிலம் கற்று, ஆங்கிலத்தில் டான் கியூகே (Don Quixote) படித்ததன் விளைவாகத் தனது எட்டாவது வயதில் முதல் கதை எழுதினார்.

அர்ஜென்டினா நாட்டில் பரவலாக அறியப்பட்டுள்ள எழுத்தாளர்களில் ஒருவர் ஜோர்ஜ் லூயி போர்ஹே. சிறுகதைகள், நாவல்கள், கவிதைகள், கட்டுரைகள் எழுதியிருக்கிறார். அனேகமாக அவர் எழுத்துக்கள் அனைத்துமே ஆங்கிலத்தில் மொழிபெயர்க்கப் பட்டிருக்கின்றன. 1961ல் சர்வதேசப் புத்தக வெளியீட்டாளர்கள் பரிசை, சாமுவேல் பெக்கட்டுடன் பகிர்ந்துகொண்டார்.

'மற்ற மரணம்' பிரபஞ்சச் சரித்திரத்தோடு மனித மனத்திற்கு உள்ள உறவுபற்றியும், மனோசக்தியின் வினோதப் பரிமாணங்கள்பற்றியும் புதிய கோணத்தில் சொல்கிறது.

# மற்ற மரணம்
## (THE OTHER DEATH)

நான் கடிதத்தை எங்கோ வைத்துவிட்டேன். ஆனால் ஓரிரு வருடங்களுக்குமுன், குயால் குயாச்சியில் இருக்கும் தன் பண்ணையிலிருந்து கனோான் எனக்கு, ரால்ஃப் வாகண்டோ எமர்ஸனின் 'கடந்த காலம்' கவிதையின் ஸ்பானிஷ் மொழிபெயர்ப்பு ஒன்றை (அனேகமாக, ஸ்பானிஷ் மொழியில் அத்தகைய முதல் மொழிபெயர்ப்பு அதுவாகவே இருக்கலாம்) அனுப்புவதாகவும் பின்குறிப்பில், நான் நினைவுபடுத்திக் கொள்ளக்கூடிய பீட்ரோ டாமியான், சில இரவுகளுக்குமுன்னர் நுரையீரலில் நோய்கண்டு இறந்துவிட்டான் என்றும் எழுதியிருந்தான். மேலும், ஜுரத்தினால் எலும்புக்கூடாகிப் போன அவன், ஜன்னியில், மசோலர் சண்டையின் நீண்ட கடுஞ்சோதனையை மீண்டும் அனுபவித்தான் என்றும் எழுதியிருந்தான். பீட்ரோ டாமியானுக்குப் பத்தொன்பதோ, இருபதோ வயதானதிலிருந்தே அவன் அபாரிசியோ சாராவியாவின் பதாகையைப் பின்பற்றியவன் என்பதால், இச்செய்தியில் அறிவுக்குப் புறம்பானதோ, அசாதாரணமானதோ ஒன்றும் இல்லை. *1904*-ல் புரட்சி வெடித்தபோது, பீட்ரோ டாமியான் வடக்கே ரியோ நெக்ரோவிலோ, பேசான்டுவிலோ ஒரு பண்ணையில் வேலை பார்த்து வந்தான். ஆன்ட்ரே ரியோ மாகாணத்தில் உள்ள குயால் குயாச்சியைச் சேர்ந்தவனானாலும் அவன், தன் நண்பர்களுடன் அங்கு சென்றிருந்தான். அவர்களைப் போலவே தன்னம்பிக்கையும், அறியாமையும் உள்ளவனாக இருந்ததால், புரட்சிப் படையில் சேர்ந்தான். ஓரிரு சிறு கலகங்களிலும், இறுதிப்போரிலும் கலந்துகொண்டு சண்டை போட்டிருக்கிறான். *1905*-ல் டாமியான், ஒருவகையான பணிவுகலந்த உறுதியுடன், வீடு திரும்பி, மீண்டும் மாடு மேய்க்கும் வேலையில் சேர்ந்தான். எனக்குத் தெரிந்தவரையில், அவன், தன் சொந்த மாகாணத்தைவிட்டு மீண்டும் எங்கும் போகவில்லை. நான்கேயிலிருந்து எட்டு அல்லது பத்து மைல் தொலைவில் ஒரு சிறிய, தனிமையான 'கேபினில்' வசித்துக்கொண்டு தன்னுடைய கடைசி முப்பது வருடங்களைக் கழித்தான். *1942*-ம் ஆண்டுவாக்கில், ஒரு நாள் மாலை எங்கோ

இருக்கும் அந்த இடத்தில் அவனோடு பேசினேன். (பேச முயற்சி செய்தேன்); அவன் அதிகம் பேசக்கூடியவனில்லை; அவ்வளவாகப் புத்திசாலியுமில்லை. மசோலர் யுத்தம்தான் அவனது முழுச் சுயவரலாறு என்பது பின்னால் தெரியவந்தது. எனவே, சாகும்தறுவாயில், அந்த யுத்தத்தின் ஓலத்தையும், சினவெறியையும் அவன் மீண்டும் வாழ்ந்தான் என்று தெரிந்தபோது எனக்கு ஆச்சரியமாக இருக்கவில்லை. மீண்டும் ஒருமுறை அவனைப் பார்க்கவேமுடியாது என்று எனக்குத் தெரிந்தபோது, நான் டாமியானை நினைவுக்குக் கொண்டுவர முயன்றேன். ஆனால் முகங்களை நினைவில் வைத்துக்கொள்ளும் ஆற்றல் எனக்குக் குறைவானதால், என் நினைவுக்கு வந்ததெல்லாம் கனோன் அவனை எடுத்த புகைப்படம்தான். 1942-ம் ஆண்டின் ஆரம்பத்தில் ஒருமுறைதான் அவனைப் பார்த்திருக்கிறேன். ஆனால் புகைப்படத்தைப் பலமுறை பார்த்திருக்கிறேன் என்பதால் இதில் ஆச்சரியப்பட ஒன்றும் இல்லை. கனோன் எனக்கு அனுப்பியிருந்த அந்தப் புகைப்படத்தையும் இப்போது எங்கோ வைத்துவிட்டேன். இப்போது அதைப் பார்க்க நேர்ந்தால், எனக்குப் பயமாக இருக்கும் என்று நினைக்கிறேன்.

பல மாதங்களுக்குப் பின்னர், மாண்ட்விடியோவில் இரண்டாவது சம்பவம் நிகழ்ந்தது. மசோலர் தோல்வியையொட்டிய ஒரு அதீதக் கற்பனைக் கதையின் கருவை, டாமியானின் ஜூரமும் வேதனையும் எனக்குத் தந்தன; அமிர் ரோட்ரிகஸ் கோனேகாலிடம் இந்தக் கருவைச் சொன்னபோது, அவர் எனக்கு அந்தச் சண்டையில் பங்கெடுத்துக்கொண்ட கர்னல் டியோன்சியோ தபாரேவுக்கு ஒரு அறிமுகக் கடிதம் கொடுத்தார். ஒருநாள், இரவு உணவிற்குப்பின் கர்னலை நான் சந்தித்தேன். வீட்டிற்கு வெளியே ஒரு ஆடும் நாற்காலியில் இருந்தபடி அவர் மிகுந்த உணர்ச்சியுடன், ஆனால் தவறான கால வரிசையில் அந்தப் பழைய நாட்களை நினைவு கூர்ந்தார். அவருக்கு வந்துசேராத வெடி மருந்துகள், ஓய்ந்து வந்துசேர்ந்த ரிஸர்வ் குதிரைகள், வரிசை, வரிசையாக அணி வகுத்துச் சென்ற தூங்கி வழியும் புழுதிபடிந்த ஆட்கள், மாண்ட்விடியோவிற்குள் நுழைந்திருக்கவேண்டிய, ஆனால் கோசோக்களின் ‘நகரம்பற்றிய பயம்’ காரணமாக சுற்றிச் சென்ற சாராவியா, காதிலிருந்து காதுவரை அறுந்த தொண்டைகள், ஒரு ராணுவ நடவடிக்கை என்பதைவிட ஒரு கால்நடை திருடி அல்லது சட்டவிரோதியின் கனவு என்று எனக்குத் தோன்றிய ஒரு உள்நாட்டுப் போர் ஆகியவை பற்றிப் பேசினார். போர்களின் பெயர்கள் மீண்டும் மீண்டும் வந்தன; இலிகாஸ், துயுபாம்பே, மசோலர். கர்னல் இந்த விஷயங்களை ஏற்கெனவே பலமுறை மீண்டும் மீண்டும் சொல்லிவந்திருக்கிறார் என்பதை அவர் பேச்சில் இடை இடையே இருந்த நிறுத்தங்களின் அழுத்தமும், அவர் சொன்ன பாணியின் தீவிரமும் என்னை உணரவைத்தன. அவர்

வார்த்தைகளுக்குப் பின்னால் நிஜமான நினைவுகள் எதுவும் இல்லை என்று நான் அஞ்சினேன். மூச்சுவிட அவர் நிறுத்தியபோது நான் எப்படியோ டாமியானின் பெயரை நுழைத்துவிட்டேன்.

“டாமியான்? பீட்ரோ டாமியான்?” கர்னல் சொன்னார். “அவன் என்னோடு பணிபுரிந்தான். சற்றுக் கலப்பு ஜாதி. பையன்கள் அவனை டேமான்-அதுதான் ஆற்றின் பெயர்-என்று கூப்பிட்டார்கள் என்று ஞாபகம்.” கர்னலிடமிருந்து ஒரு வெடிச் சிரிப்பு கிளம்பியது. சட்டென்று அதை நிறுத்தினார். அவருடைய சஞ்சலம் நிஜமானதா அல்லது நடிப்பா என்பதை என்னால் சொல்லமுடியவில்லை. பெண்களைப்போல் சண்டையும் ஆண்களைச் சோதனை செய்ய உதவுகிறது என்றும், குண்டுகளைச் சந்திக்காதவரை தான் உண்மையில் யார் என்று ஒருவனுக்குத் தெரியாது என்றும் வேறொரு தொனியில் கர்னல் கூறினார். தன்னைக் கோழை என்று எண்ணிக்கொண்டிருக்கும் ஒருவன் உண்மையில் தைரியசாலியாக இருக்கலாம். இல்லை, தன்னை ஒரு பிளான்கோ என்பதைக் காட்டும் வெள்ளை ரிப்பனோடு சலூன்களுக்கு உள்ளும் புறமும் ஜம்பமடித்துத் திரிந்து, மசோலரில் தைரியம் இழந்துவிட்ட டாமியான்போல் எதிரிடையாகவும் இருக்கலாம். நிரந்தரச் சிப்பாய்களோடு ஏற்பட்ட ஒரு சண்டையில் அவன் ஆண்மகனாக நடந்துகொண்டான். ஆனால் இரண்டு படைகள் எதிரெதிரே மோதியபோது, துப்பாக்கிக் குண்டுகள் வெடித்துப் பறந்தபோது, தன்னைக் கொல்ல ஐயாயிரம் மனிதர்கள் கூடியிருப்பதாக ஒவ்வொருவனும் உணர்ந்தபோது, அவன் தைரியத்தை இழந்துவிட்டான். பாவம் அவன். ஆடுகளைப் பார்த்துக்கொண்டு ஒரு பண்ணையில் இருந்த அவன், திடீரென்று இழுக்கப்பட்டு யுத்தத்தின் கோர நிஜத்தில் கலந்து குழம்பினான்...

தபாரேயின் அந்தக் கதை, ஏதோ ஒரு அபத்தமான காரணத்தால் என்னைச் சங்கடப்படுத்தியது. நிகழ்ச்சிகள் வேறுவிதமாக நடந்திருக்கக்கூடாதா என்று நான் விரும்பினேன். நான் வயதான டாமியானை-பல வருடங்களுக்குமுன், ஒரு நாள் மாலை நான் ஒரே ஒருமுறை பார்த்திருந்த மனிதனை-ஒரு லட்சியப் புருஷனாக என்னை அறியாமல் நினைத்திருந்தேன். தபாரேயின் கதை எல்லாவற்றையும் அழித்துவிட்டது. டாமியானின் தனிமைக்கும், அவன் தனக்குத் தானே என்ற உறுதியுடன் இருந்ததற்கும் காரணங்கள் திடீரென்று எனக்குப் புலப்பட்டன. அவை அடக்கத்தினால் அல்ல, அவமானத்தினால் ஏற்பட்டவை. கோழைத்தனமான ஒரு செயலால் துரத்தப்படும் ஒரு மனிதன், வெறும் தைரியசாலியான ஒருவனைவிட அதிகச் சிக்கலானவன் என்று நான் சப்பை கட்டிக்கொண்டேன். மார்ட்டின் பியரோ என்ற கோசோ, லார்ட் ஜிம் அல்லது ராஜுமோவை விடச் சாதாரணமானவன் என்று நினைத்தேன். ஆனால் டாமியான் ஒரு கோசோ என்பதால்,

அவன் மார்ட்டின் பியரோவைப்போல்தான் இருந்திருக்க வேண்டும்-அதுவும் உருகுவே நாட்டு கோசோக்களின் மத்தியில். தபாரே சொல்லாமல் விட்டதிலிருந்து, உருகுவே அர்ஜென்டினாவைவிடப் பழமை வாய்ந்தது என்பதால், அதற்கு உடல் தைரியம் அதிகம் என்ற அவரது கணிப்பை (அது ஒருவேளை, மறுக்க முடியாததாக இருக்கலாம்) நான் உணர்ந்தேன்.

அன்றிரவு நாங்கள் விடைபெற்றுக்கொண்டபோது, அது அவ்வளவு சுமுகமாக இல்லை என்று எனக்கு ஞாபகம். என் கதைக்கு இன்னும் ஓரிரு விஷயங்கள் தேவைப்பட்டதால் (எதனாலோ அந்தக் கதை மிக மெதுவாகத்தான் உருவாகிக் கொண்டிருந்தது) குளிர்காலத்தில் மீண்டும் கர்னல் தபாரேவைச் சந்திக்கச் சென்றேன். அவருக்கு ஒத்த வயதுடைய, அவருடன் சாராவியாவின் புரட்சியில் பங்கெடுத்துக்கொண்ட பேசான்டுவைச் சேர்ந்த டாக்டர் ஜோன் பிரான்ஸிஸ்கோ அமாரோ என்பவர் அவருடனிருந்தார். அவர்கள் இயல்பாக மசோலரைப் பற்றித்தான் பேசினார்கள்.

சில நிகழ்ச்சிகளைப்பற்றிச் சொல்லிவிட்டு அமாரோ உரத்துச் சிந்திக்கும் பாணியில் மெதுவாகக் கூறினார். "இரவு சான்டா கிரீனில் முகாமிட்டபோது, அந்தப் பகுதியைச் சுற்றி இருந்தவர்களில் சிலர் எங்களோடு சேர்ந்துகொண்டார்கள் என்று ஞாபகம். அவர்களில் சண்டைக்கு முந்திய இரவில் இறந்துபோன ஒரு ஃபிரஞ்சு கால்நடை மருத்துவரும், பீட்ரோ டாமியான் என்ற பெயர்கொண்ட ஆன்ட்ரே ரியோவைச் சேர்ந்த ஆடு மேய்ப்பவன் ஒருவனும் இருந்தனர்."

நான் வேகமாகக் குறுக்கிட்டேன். "ஆமாம், எனக்குத் தெரியும்" நான் சொன்னேன். "குண்டுகளைச் சந்திக்கமுடியாத அர்ஜென்டினாக்காரன்."

நான் நிறுத்தினேன். அவர்கள் இருவரும் என்னைக் குழப்பத்துடன் பார்த்துக்கொண்டிருந்தனர்.

"சார், நீங்கள் தப்பாகச் சொல்கிறீர்கள்," சிறிது தயங்கியபின் அமாரோ சொன்னார். "எந்த மனிதனும் எப்படிச் சாக ஆசைப்படுவானோ, அப்படித்தான் பீட்ரோ டாமியான் இறந்தான். மாலை மணி நாலு இருக்கலாம். அரசுத் துருப்புகள் குன்றின் உச்சியில் பதுங்கி இருந்தபோது, எங்கள் ஆட்கள் ஈட்டிகளோடு அவர்கள்மீது பாய்ந்தார்கள். எல்லோருக்கும் முன், கத்தியபடி, குதிரையில் சென்ற டாமியானின் நெஞ்சில் சரியாக குண்டு பாய்ந்தது. அவன் சேணத்தில் எழுந்து நின்று, கத்திக்கொண்டிருந்ததை முடித்துவிட்டு, தரையில் உருண்டு, அங்கு குதிரைகளின் குளம்புகளுக்கு அடியில் கிடந்தான். இறந்துபோன அவனை மசோலரின் கடைசித் தாக்குதலை நடத்தியவர்கள் மிதித்துச் சென்றார்கள். இருபது வயதுகூட ஆகவில்லை, அப்படி ஒரு தைரியம்."

சந்தேகமில்லாமல் அவர் வேறொரு டாமியானைப் பற்றித்தான் பேசிக்கொண்டிருக்கிறார். ஆனால் அந்தப் பையன் என்ன கத்தினான் என்று கேட்க என்னை ஏதோ தூண்டியது.

“ஆபாசம்” அமாரோ சொன்னார். “ஆனால், ‘உர்கிஸா நீடூழி வாழ்க’ என்றும் கத்தினான்.”

நாங்கள் மௌனமாக இருந்தோம். கடைசியாக கர்னல் முணுமுணுத்தார், “மசோலரில் சண்டை போட்டதுபோல் இல்லை. ஏதோ கன்சாவிலோ, இந்தியா முயூர்டாவிலோ நூறு வருடங்களுக்குமுன் நடந்த யுத்தத்தில் நடந்துகொண்டதுபோல்,” உண்மையான குழப்பத்தோடு அவர் தொடர்ந்தார், “நான் அந்தத் துருப்புக்களுக்குத் தலைமை வகித்தேன். இந்த டாமியானைப் பற்றி இப்போதுதான் முதல் தடவையாகக் கேள்விப்படுகிறேன் என்று என்னால் சத்தியம் செய்யமுடியும்.”

கர்னலை, அவனை ஞாபகப்படுத்திக்கொள்ளச் செய்வதில் எங்களுக்கு அதிர்ஷ்டம் இல்லை.

நான் போனஸ் அய்ர்ஸ் திரும்பியதும், அவரது மறதி என்னுள் தோற்றுவித்த ஆச்சரியம், மீண்டும் தலைதூக்கியது. ஒரு மாலை நேரம், ஆங்கிலப் புத்தகங்கள் விற்கும் மிச்சல் கடையின் பேஸ்மெண்ட் பகுதியில் எமர்ஸனின் மகிழ்ச்சி தரும் பதினோரு தொகுதிகளைப் புரட்டிப் பார்த்துக்கொண்டிருந்தபோது, நான் பாட்ரீஸியோ கனோனைச் சந்தித்தேன். ‘கடந்த காலத்தின் அவனது மொழிபெயர்ப்பைக் கேட்டேன். அவனுக்கு அதை மொழிபெயர்க்கும் எண்ணம் இல்லை என்றும், மேலும் ஸ்பெயின் தேசத்து இலக்கியமே மிகவும் சலிப்பூட்டக்கூடியதாக இருப்பதால் அதில் எமர்ஸன் வேறு அநாவசியம் என்றும் அவன் கூறினான். எனக்கு அவன் டாமியானின் மரணத்தைப் பற்றி எழுதியிருந்த அதே கடிதத்தில்தான், மொழிபெயர்ப்பையும் எனக்கு அனுப்புவதாக அவன் உறுதியளித்திருந்தான் என்பதை அவனுக்கு நினைவூட்டினேன். டாமியான் யார் என்று அவன் கேட்டான். நான் அவனுக்குச் சொன்னது வீணாயிற்று. அவன் என்னை விநோதமாகப் பார்ப்பதை அதிகரிக்கும் பயத்தோடு கவனித்த நான், அதிர்ஷ்டமில்லாத ‘போ’வை விட, அதிகப் பரிமாணங்கள் உள்ள, அதிகத் திறமையுள்ள, உண்மையில் அதிக அசாதாரணமான கவிஞனான எமர்ஸனைக் குறைகூறுபவர்கள் பற்றிய இலக்கிய விவாதத்தில் தஞ்சம் புகுந்தேன்.

இன்னும் சில உண்மைகளை நான் எழுதியாக வேண்டும். ஏப்ரல் மாதத்தில் கர்னல் டியோன்ஸியோ தபாரேவிடமிருந்து எனக்கு ஒரு கடிதம் வந்தது; அவர் மனத்தில் இப்போது குழப்பம் இல்லை. ஆன்ட்ரே ரியோவைச் சேர்ந்த, மசோலரில் தாக்குதலில் முன்னே சென்ற, அந்த இரவில் குன்றின் அடிவாரத்தில் அவர் ஆட்கள் கல்லறையில் புதைத்த, அந்தப் பையனை இப்போது அவருக்கு

நன்றாக ஞாபகம் இருந்தது. ஜூலை மாதம் நான் குயால்குயாச்சி வழியே போனேன்; டாமியானின் கேபினை நான் பார்க்கவில்லை. அங்கும், இப்போது யாருக்கும் அவனை ஞாபகம் இல்லை. டாமியான் இறந்ததைப் பார்த்த டியகோ அபாராவோவைக் கேள்வி கேட்க நான் விரும்பினேன். ஆனால் குளிர்காலத்தின் ஆரம்பத்தில் அபாரோவோவே இறந்துவிட்டான். டாமியானின் அங்கங்களை என் நினைவில் கொண்டுவர முயன்றேன்; பல மாதங்களுக்குப் பின் பழைய ஆல்பங்களைப் புரட்டிக்கொண்டிருந்தபோது, நான் நினைவுக்குக் கொண்டுவர முயன்ற கரிய முகம், நிஜத்தில், ஒதெல்லோ வேஷத்தில் நடித்த, புகழ்பெற்ற பாடகன் டாம்பர்லிக்கின் முகம் என்று அறிந்தேன்.

இப்போது ஹேஷ்யங்களுக்கு வருகிறேன். குறைந்தபட்சத் திருப்தி தருவது, ஆனால் மிகவும் எளிமையானது இதுதான்: இரண்டு டாமியான்கள் இருந்திருக்க வேண்டும்: 1946 வாக்கில் ஆன்ட்ரே ரியோவில் இறந்த கோழை, மசோலரில் 1904-ல் இறந்த தைரியசாலி. கர்னல் தபாரேவின் ஞாபகத்தில் ஏற்பட்ட விநோதமான மாற்றங்கள் ஒருபுறம், திரும்பிவந்த மனிதனுடைய பெயரைக்கூட இந்தக் குறுகிய காலத்தில் துடைத்து எறிந்துவிட்ட பொது மறதி ஒருபுறம்-நிஜமான இந்தப் புதிர்களை விளக்கமுடியாததால் இந்த ஹேஷ்யம் நொறுங்கி விடுகிறது (இதைவிடவும் எளிமையான ஒரு விளக்கத்தை நான் அந்த முதல் மனிதனைப் பற்றிய கனவு கண்டிருக்கிறேன் என்பதை நான் ஒப்புக்கொள்ளமுடியாது, ஒப்புக்கொள்ளவும் விரும்பவில்லை). உல்ரைக் வான் குல்மானின் கண்டுபிடிப்பான அமானுஷ்யமான ஒரு ஹேஷ்யம் இன்னும் விநோதமானது. உல்ரைக் சொன்னார், பீட்ரோ டாமியான் சண்டையில் கொல்லப்பட்டான். சாகும்தறுவாயில் தன்னை ஆன்ட்ரே ரியோவிற்கு கொண்டுசெல்லும்படி கடவுளிடம் கேட்டுக் கொண்டான். அந்த வேண்டுகோளை நிறைவேற்றுவதற்கு முன் கடவுள் ஒரு விநாடி தயங்கினார். அதற்குள் அவன் இறந்துவிட்டான். அவன் கீழே விழுந்ததைப் பலரும் பார்த்தார்கள். கடந்த காலத்தை இருந்திராத காலமாகச் செய்ய ஆண்டவனால் இயலாது. ஆனால் அந்தக் காலத்தின் பிம்பங்களில் பாதிப்புகள் ஏற்படுத்த முடியும். எனவே, டாமியானுடைய கொடூரமான மரணத் தோற்றத்தை மயக்கத்தில் ஆழ்ந்த ஒரு தோற்றமாக மாற்றிவிட்டார். எனவே, அவனுடைய சொந்த மாகாணத்துக்குத் திரும்பிவந்தது அவனுடைய ஆவிதான். திரும்பி வந்தான். ஆனால் அது ஆவியாகத்தான் என்பதை மறக்கக்கூடாது. பெண் துணையின்றி, நண்பர்களற்று அது தனிமையில் வாழ்ந்தது; அது எல்லாவற்றையும் நேசித்தது, தனதாக்கிக்கொண்டது. ஆனால் கண்ணாடியின் மறுபக்கத்திலிருப்பதுபோல், தொலைவிலிருந்தே. இறுதியில் அது 'மரித்தது.' அதன் மெல்லிய உருவம் நீருக்குள் நீர் கரைவதுபோல் மறைந்துவிட்டது. இந்த ஹேஷ்யம் தவறானது. ஆனால்

உண்மையான ஒன்றை (நான் இப்போது உண்மை என்று நம்பும் ஒன்றை) அதே சமயத்தில் இதைவிட அதிக எளிமையானதும், முன்னுதாரணம் இல்லாததுமான ஒன்றைச் சுட்டிக்காட்ட இது ஆதாரமாயிருந்தது. பாரடிஸோ நூலில், காண்டம் பதினொன்றில், டாமியானியின் அபேதம் பற்றிய பிரச்னை எழுப்பப்பட்ட இரண்டு வரிகள்... என்னை பியர் டாமியானியின் 'த ஆம்னிபொடென்ஸியா' என்ற ஆராய்ச்சிக் கட்டுரையைப் படிக்கவைத்தன. அப்போதுதான் ஒரு மர்மமான முறையில் இதைக் கண்டுபிடித்தேன். அந்த ஆராய்ச்சிக் கட்டுரையின் ஐந்தாவது அத்தியாயத்தில், பியர் டாமியானி, அரிஸ்டாட்டில் மற்றும் பிரடெகாரியஸ் த தூர் இவர்களுக்கு எதிர்மாறாக, இருந்திருந்த ஒன்றை, இல்லாதிருந்த ஒன்றாக மாற்றும் சக்தி ஆண்டவனுக்கு உண்டு என்று வலியுறுத்திக் கூறுகிறார். அந்தப் பழைய வேதாந்த விசாரங்களைப் படித்தபோது, பீட்ரோ' டாமியானின் துன்பக் கதையை நான் புரிந்துகொள்ளத் தொடங்கினேன்.

இதுதான் என்னுடைய தீர்வு. மசோலர் போர்க்களத்தில் ஒரு கோழையைப்போல் நடந்துகொண்ட டாமியான் எஞ்சிய தன் வாழ்நாள் முழுவதும் அந்த அவமானகரமான பலஹீனத்தை சரிப்படுத்துவதிலேயே கழித்திருக்கிறான். ஆன்ட்ரே ரியோவுக்கு அவன் திரும்பினான்; எவருக்கு எதிராகவும் அவன் கையை உயர்த்தவில்லை; யாருடனும் அவன் சண்டைபோடவில்லை. தைரியசாலி என்ற புகழையும் அவன் தேடித் திரியவில்லை. பதிலாக, அந்த நான்கே என்ற மலைப் பிரதேசத்தில் காடுகளோடும் வனப்பிராந்தியக் கால்நடைகளோடும் போராடிக்கொண்டு திண்மையும், கடினமும் செறிந்த மனிதனாக வாழ்ந்தான். ஒருவேளை தன்னுணர்வில்லாமலே, அவன் அந்த அற்புதத்திற்கு வழி செய்துகொண்டிருக்கலாம். விதி வசத்தால் வேறு ஒரு போர் வருமானால், நான் அதற்குத் தயாராக இருப்பேன் என்று தன்னுடைய அடிமனத்தின் ஆழத்திலிருந்து சிந்தித்தான். சொல்லவியலாத நம்பிக்கையுடன், அவன் காத்திருந்தான் காத்திருந்தான், நாற்பது வருடங்களாகக் காத்திருந்தான். பிறகு, இறுதியில் விதி அவன் சாகும்தறுவாயில் அவனுடைய யுத்தத்தைக் கொண்டுவந்தது. கிரேக்கர்களுக்குத் தெரிந்ததுபோல், நாமெல்லோரும் கனவின் நிழல்களாதலால், அது ஜன்னி ரூபத்தில் வந்தது. தன் இறுதி வேதனையில் அவன் அந்த யுத்த்த்தை மீண்டும் வாழ்ந்தான், ஒரு வீரனாக நடந்துகொண்டான். கடைசித் தாக்குதலை முன்னின்று நடத்தும்போது மார்பின் மத்தியில் குண்டு பாய்ந்தது. இப்படியாக ஒரு நீண்ட, மெதுவாக எரியும் உணர்ச்சிவெறியின்மூலமாக பீட்ரோ டாமியான், 1904-ம் ஆண்டு குளிர்காலத்திற்கும் வேனில் காலத்திற்கும் இடையில் மசோலரில் ஏற்பட்ட தோல்வியில், 1946இல் இறந்தான்.

கடவுளால் கடந்த காலத்தை இல்லாததாக்க முடியும் என்பதை 'சம்மா தியலாஜியா' புத்தகம் மறுக்கிறது. ஆனால் அதில், நிகழ்காலத்தை பொய்யானதாகச் செய்யாமல், கடந்த காலத்தின் ஒரேஒரு உண்மையைக்கூட, அது எவ்வளவு முக்கியத்துவம் இல்லாததாக இருந்தாலும், மறுப்பது சாத்தியமில்லை என்பதை நிரூபிக்கக்கூடிய பரந்த, மிக நெருங்கிய காரண, காரியங்களின் சிக்கலான பின்னல்களைப் பற்றி ஏதும் இல்லை. கடந்த காலத்தை மாற்றுவது என்பது ஒரே ஒரு நிஜத்தை மாற்றுவது இல்லை; அந்த நிஜத்தின் எல்லையற்றிருக்கக்கூடிய விளைவுகளையும் இல்லாததாக்க வேண்டும். வேறுவார்த்தைகளில் சொன்னால், அது இரண்டு பிரபஞ்ச சரித்திரங்களை உருவாக்குவதில் இருக்கிறது. உதாரணத்திற்கு முதலாவதில், பீட்ரோ டாமியான் ஆன்ட்ரே ரியோவில் 1946-ம் ஆண்டு இறந்தான்; இரண்டாவதில் மசோலரில் 1904ஆம் ஆண்டு இறந்தான். நாம் இப்போது அந்த இரண்டாவது சரித்திரத்தில்தான் வாழ்ந்துகொண்டிருக்கிறோம் என்றாலும் முதலாவது சரித்திரம் உடனடியாக மறைக்கப்படாததால், நான் முன்கூறிய அந்த முரண்பாடுகள் ஏற்பட்டன. கர்னல் டியோன்ஸியோ தபாரேவிடம்தான், இந்த வேறுபட்ட நிலைகள் ஏற்பட்டன. முதலில், டாமியான் ஒரு கோழைபோல் நடந்தான் என்று அவர் நினைவில் இருந்தது; பின், அவனை முழுவதுமாக அவர் மறந்துவிட்டார்; இறுதியில் டாமியானின் அச்சமற்ற மரணத்தை நினைவுகூர்ந்தார். டியகோ அபாராவோ விஷயமும் உள்ளங்கை நெல்லிக்கனிதான்; எனக்குப் புரிந்தவரையில் பீட்ரோ டாமியானைப் பற்றிய பல நினைவுகள் அவனிடமிருந்ததால், அவன் சாகத்தான் வேண்டியிருந்தது.

என்னைப் பொருத்தவரையில், எனக்கு அதைப்போன்ற அபாயம் இருப்பதாக நான் எண்ணவில்லை. நான் யூகம் செய்து எழுதியிருப்பது, மனிதனின் புரிதலுக்கு அப்பாற்பட்ட அறிவின் ஒருவகையான வெளிப்பாடான ஒரு முறை; இந்த என்னுடைய சலுகையின் ஆபத்துகளைக் குறைக்கும் சில சந்தர்ப்பங்கள் இருக்கின்றன. தற்சமயத்திற்கு, நான் எப்போதும் உண்மையைத்தான் எழுதிவந்தேன் என்று என்னால் உறுதியாகச் சொல்லமுடியாது. என்னுடைய கதையில் சில தப்பான நினைவுகள் இருக்கும் என்று நான் சந்தேகப்படுகிறேன். பீட்ரோ டாமியானுக்கு (அப்படி ஒருவன் இருந்திருந்தால்) பீட்ரோ டாமியான் என்ற பெயர் இல்லை என்பது என் சந்தேகம். நான் அவனை, அந்தப் பெயரில் ஞாபகம் வைத்துக்கொள்ளக் காரணம், இந்த முழுக்கதையும் பியர் டாமியானியின் ஆராய்ச்சிக் கட்டுரையினால்தான் எனக்குத் தோன்றியது என்று நான் ஒரு காலத்தில் நம்புவதற்காகத்தான். கடந்த காலத்தின் மாற்றமுடியாத தன்மையைச் சுற்றி எழுதப்பட்ட, நான் முதல் பாராவில் சொன்ன அந்தக் கவிதையிலும் இதைப்போலத்தான் ஒன்று நடக்கிறது. சுமார் இரண்டாயிரம் வருடங்களுக்குமுன் வெர்ஜில், வெகுளித்தனமாக

ஒரு மனிதனின் பிறப்பைப் பற்றி எழுதியிருப்பதாக நம்பியது, 'ஏசு கிறிஸ்துவின் பிறப்பை முன்கூட்டியே அறிவிப்பதாக இருந்ததுபோல், நானும் இன்னும் சில வருடங்களில், ஒரு அதீதமான கற்பனைக் கதையை எழுதியிருப்பதாக நம்புவேன், உண்மையில் நிஜமான ஒரு நிகழ்ச்சியைப் பற்றி எழுதிவிட்டு.

பாவம் டாமியான்! துயரமான, சிறிதே அறியப்பட்ட ஒரு போரில், உள்ளூர்ச் சண்டையில், இருபது வயதில் சாவு அவனை வாரிக்கொண்டு போனாலும், வெகுகாலம் காத்திருந்து, இறுதியில் அவன் இதயத்தில் விரும்பியதை அவன் அடைந்தான். ஒருக்கால் இதைவிடப் பெரிய சந்தோஷம் இல்லாமலிருக்கலாம்.

தமிழில் - *விஜயகுமார்*

## முத்திரை
(THE DISC)

நான் ஒரு மரம்வெட்டி. என் பெயர் ஒரு பொருட்டல்ல. நான் எங்கே பிறந்தேனோ, எங்கே சாக இருக்கிறேனோ - ஒருவேளை சீக்கிரம் - அந்தக் குடிசை காட்டின் விளிம்பில் இருக்கிறது.

காடு, கடல் வரை நீண்டிருக்கிறது என்றும், முழு பூமியையும் வளைக்கிறது என்றும், என்னுடையதைப் போன்ற மரக் குடிசைகள், அதன் பாதையில் உள்ளன என்றும் சொல்லப்படுகிறது. கடலை ஒருபோதும் நான் பார்த்ததில்லை என்பதால் அதுபற்றி எனக்குத் தெரியவில்லை. காட்டின் மறுபக்கத்தையும் நான் ஒருபோதும் பார்த்ததில்லை. நாங்கள் சிறுபையன்களாக இருந்தபோது என் மூத்த சகோதரன், ஒரு மரத்தைக்கூட விட்டுவைக்காமல் அனைத்தையும் வெட்டித்தள்ளுவதாக என்னை உறுதியளிக்க வைத்திருந்தான். என் சகோதரன் இறந்துவிட்டான். நான் என்ன தேடிக் கொண்டிருக்கிறேனோ - என்ன தேடிக்கொண்டிருப்பேனோ- அது வேறு ஏதோ. மேற்கில் ஓடிக்கொண்டிருக்கும் ஓடையில் என் கைகளால் எவ்வாறு மீன்பிடிக்க வேண்டும் என்று எனக்குத் தெரியும். காட்டில் ஓநாய்கள் இருக்கின்றன. ஆனால் அவைகள் என்னை அச்சுறுத்துவதில்லை. மேலும் என் கோடாலி ஒருபோதும் எனக்கு உண்மையற்று இருந்ததில்லை.

என்னுடைய வருடங்களை, நான் ஒருபோதும் கணக்கிட்டதில்லை. அவை நிறைய இருக்கும் என்று எனக்குத் தெரியும். என் கண்கள் இப்போது பார்ப்பதில்லை. இந்தக் கிராமத்தில் எங்கே என் துணிகரம் இனிமேல் இல்லை என்று ஆயிற்றோ அதிலிருந்து என் வழியைத் தொலைத்து, நான் கஞ்சன் என்று அறியப்பட்டேன். ஆனால் ஒரு சாதாரண மரம்வெட்டி எவ்வளவு செல்வத்தைச் சேமித்துவைத்திருக்க இயலும்?

உறைபனியை வெளித்தள்ள வீட்டின் கதவை ஒரு கல்லுடன் இறுகச் சாத்தினேன். வெகுகாலத்திற்கு முன் ஒரு மாலைவேளையில்

கனத்த காலடிச்சத்தம் நெருங்குவதையும் பின்கதவைத் தட்டுவதையும் கேட்டேன். நான் கதவைத் திறந்தேன். ஒரு புதியவன் உள்ளே வந்தான். வயதானவனான, வளர்த்தியானவனான அவன் உடல், நைந்த கம்பளியால் சுற்றப்பட்டிருந்தது. அவன் முகத்தில் ஒரு தளும்பு இருந்தது. அவனுடைய வயது, அவனுக்கு பலவீனத்தைவிட அதிக அதிகாரத்தை அளித்திருப்பதாகத் தோன்றியது. ஆனால் அவன், கம்பின் உதவியில்லாமல் நடமாட முடியாது என்பதைக் கவனித்திருந்தேன். இப்போது ஞாபகத்தில் இல்லாத சில வார்த்தைகளை நாங்கள் பரிமாறிக்கொண்டோம். இறுதியில் அவன் கூறினான், 'நான் வீடில்லாதவன். எங்கே முடியுமோ அங்கே தூங்குகிறேன். இந்த சாக்ஸன் நிலம் முழுவதும் நான் பயணம் செய்திருக்கிறேன்.'

இந்த வார்த்தைகள் அவனுடைய வயதை நிருபித்தது. என் தந்தை எப்போதும் சாக்ஸன் நிலம் என்றே பேசினார்; இப்போது மக்கள் இங்கிலாந்து என்று அழைக்கின்றனர்.

என்னிடம் ரொட்டியும் மீனும் இருந்தன. நாங்கள் உணவருந்தும் போது ஒரு வார்த்தைகூடப் பேசிக் கொள்ளவில்லை. எங்கே என் சகோதரன் இறந்தானோ, அந்தத் தரையில் சில தோல்களால் ஆன வைக்கோல் படுக்கையை அவனுக்கு அமைத்துக் கொடுத்தேன். இரவு வந்ததும் நாங்கள் தூங்கச் சென்றோம்.

நாங்கள் குடிசையைவிட்டு வெளிவரும்போது பொழுது புலர்ந்து கொண்டிருந்தது. மழை நின்றிருந்தது. தரை புதிதாக விழுந்த பனியால் மறைந்திருந்தது. என் துணைவனின் கையிலிருந்த கம்பு அவனுடைய கையில் இருந்து நழுவி விழுந்தது. அவன், அதை எடுத்துத் தரும்படி என்னை அதிகாரம் செய்தான்.

'நான் ஏன் உனக்குக் கீழ்ப்படிய வேண்டும்?' என்று அவனிடம் கேட்டேன்.

'ஏனென்றால், நான் ஒரு அரசன்.' என்று பதிலளித்தான்.

நான் அவனைப் பைத்தியம் என்று நினைத்தேன். கம்பை எடுத்து அவனிடம் கொடுத்தேன். அவன் மாறுபட்ட குரலில் பேசினான்.

'நான் ஸீக்ஜன்களுடைய அரசன். கடினமான போர்களிலும் என் மக்களுக்கு நான் அடிக்கடி வெற்றியைக் கொண்டுவந்தேன். ஆனால் விதிவசப்பட்ட ஒரு நேரத்தில் நான், எனது ராஜ்யத்தை இழந்துவிட்டேன். என்னுடைய பெயர் இசெர்ன். நான், ஓடின் இனத்தைச் சேர்ந்தவன்'.

நான் கூறினேன், 'நான் ஓடினை வழிபடுவதில்லை. கிறிஸ்துவை வழிபடுகிறேன்' என்று

நான் கூறியதைக் கேட்காதவன்போல் அவன் மேலும் கூறினான். 'நான் வெளியே செல்லும் வழிகளில் பயணம் செய்கிறேன். ஆனால் நான் இப்போதும் அரசன். அதற்கான முத்திரை வைத்திருக்கிறேன். நீ அதைப் பார்க்க விரும்புகிறாயா?'

அவன், தன் எலும்புக்கையின் உள்ளங்கையைத் திறந்தான். அதில் ஒன்றுமேயில்லை. பிறகுதான், அவன் கையை எப்போதும் மூடிக்கொண்டிருந்தது என் ஞாபகத்திற்கு வந்தது.

என்னைக் கடுமையாக வெறித்துப் பார்த்தவாறு அவன் கூறினான்: 'நீ தொட்டுப் பார்க்கலாம்.'

அவநம்பிக்கையுடன் நான் என் விரல் நுனிகளால் அவன் உள்ளங்கையைத் தொட்டேன். குளிர்ச்சியாக ஏதோவொன்றை நான் உணர்ந்தேன். ஏதோ பளபளப்பதைக் கண்டேன். திடீரென கை மூடியது. நான் ஒன்றும் கூறவில்லை. குழந்தையிடம் பேசுவது போல் அவன் பொறுமையாக மேலும் கூறினான்:

'இது ஓடினின் முத்திரை. இதற்கு ஒருபக்கம் மட்டுமே உள்ளது. அனைத்து உலகத்திலும் ஒருபக்கம் மட்டும் உள்ள எதுவும் கிடையாது. இந்த முத்திரை என்னிடம் இருக்கும்வரை நானே அரசன்.'

'இது தங்கமா?' என்று கேட்டேன்.

'எனக்குத் தெரியாது. இது ஓடினின் முத்திரை. இதற்கு ஒருபக்கம் மட்டுமே உள்ளது.'

அதற்குப்பிறகு அந்த முத்திரையைச் சொந்தமாக்கிக்கொள்ள வேண்டும் என்ற பேராசை என்னை வெற்றி கொண்டது. இது எனக்குச் சொந்தமாக இருந்தால் தங்கக் கட்டிகளுக்கு இதை நான் விற்பனை செய்யலாம். நான் அரசனாகவும் இருப்பேன். இன்று வரை நான் வெறுக்கும் அந்த ஊர்சுற்றியிடம் கூறினேன்.

'என்னுடைய குடிசையில் ஒரு பெட்டி நிறைய நாணயங்களைப் புதைத்து வைத்திருக்கிறேன். அவை தங்கத்தினால் ஆனவை. அவை கோடாலிபோல் மின்னக்கூடியவை. ஓடினின் முத்திரையை என்னிடம் கொடுத்தால் அதற்குப்பதிலாக அந்தப் பெட்டியை உனக்கு விற்பனை செய்கிறேன்.'

அவன் உறுதியாகக் கூறினான்: 'எனக்கு விருப்பமில்லை.'

நான் கூறினேன்: 'நீ உன்னுடைய பாதைவழியே செல்லலாம்.'

அவன், தன் முதுகுப்புறத்தைக் காட்டித் திரும்பினான். அவனுடைய கழுத்தின் பின்புறத்தில் கோடாலியால் விழுந்த ஒரு வெட்டு அவனைக்

கீழே விழவைக்கப் போதுமானதற்கு மேலாக இருந்தது. ஆனால் கீழே விழுந்தபோது அவன் கை திறக்க, காற்றில் ஒரு பளபளப்பைக் கண்டேன். அந்த இடத்தை என் கோடாலியால் குறிக்க நான் சிரத்தை எடுத்துக்கொண்டேன். இறந்த அந்த மனிதனை உயரத்தில் ஓடிக்கொண்டிருந்த ஓடைக்கு இழுத்துச் சென்றேன். அங்கே அவனை அதில் எறிந்தேன்.

என் குடிசைக்குத் திரும்பிவந்ததும் அந்த முத்திரையைத் தேடினேன். என்னால் அதைக் கண்டுபிடிக்க முடியவில்லை. இது நடந்து பல வருடங்கள் ஓடிவிட்டன. நான் அதை இன்னும் தேடிக்கொண்டிருக்கிறேன்.

தமிழில்- சுரேஷ்குமார **இந்திரஜித்**

## பிரேஸில் (BRAZIL)
### ஜோவோ உபால்டோ ரிபெய்ரோ (Joao Ubaldo Ribeiro)

இடாபாரிகாவில், 1941ம் ஆண்டு பிறந்த ஜோவோ உபால்டோ ரிபெய்ரோ, சால்வடார் சட்டப் பள்ளியில் சட்டம் பயின்று, தெற்கு கலிபோர்னியா பல்கலைக்கழகத்தில் எம்.ஏ., படித்தார். பத்திரிகைத் துறையிலும், கல்வித் துறையிலும் பணியாற்றிய அவர், 'மீன் பிடிக்க நேரம் இல்லை' என்பதற்காக, முழுநேர எழுத்தாளர் ஆனார். 21வது வயதில் முதல் நாவலை எழுதினார். மூன்று வருடங்களுக்குப் பின் அது வெளியானது. 1971-ல் Sergeant Gebuli வெளிவந்ததும், பிரேஸில் நாட்டு இலக்கியவாதிகளில் முக்கியமான ஒருவராக ரிபெய்ரோ ஆனார். இதுவரை மூன்று நாவல்களும் இரண்டு சிறுகதைத் தொகுதிகளும் வெளிவந்திருக்கின்றன.

அலன் டெலோன்கள் நிறைய உள்ள, நிறைய உருவாக்கப்பட்டுள்ள நமது சமுதாயத்தைப்பற்றி கவலைகொண்டவர்கள், இந்தக் கதையின் உட்கருத்தை உணரமுடியும். நுண் உணர்வும், இயற்கை அனுபவமுமான செக்ஸ் விந்து எடுக்கும், கொடுக்கும் வியாபாரமாக நமது சமுதாய வாழ்வில் மாற்றப்பட்டிருப்பதை, கேலி உணர்வோடு உருவகமாக இக்கதை எடுத்துக் கூறுகிறது. கேலிக்கும் அப்பால் அலன்டெலோன்கள் உணரும் வருத்தமும் அவமானமும் சொல்லப்படாமலே வாசகர்களை பலமாகத் தாக்குவதும் குறிப்பிடப்பட வேண்டும்.

# தாயகத்து அலன்டெலோன்
## (ALAINDELON DE LA PATRIE)

காளைகளையும், பசுக்களையும் விரும்புபவனை என்னால் புரிந்துகொள்ள முடியவில்லை. ஒருகாலத்தில் இங்கு கபடம், பொய்கள், குற்றங்கள், நம்பிக்கையின்மை இவற்றைக் குறிக்கும் முகங்களை உடையதாக எனக்குத் தோன்றிய, முதுகில் திமிலுள்ள கால்நடைகளைப் பெருமளவில் வளர்த்துவந்தார்கள். அவற்றின் கண்களைச்சுற்றி, அவற்றைக் கெட்டமனம் கொண்ட வக்கிரங்களாகக் காட்டிய கருப்பு வளையங்களும் இருக்கும். புல் மேயுமிடத்திலோ, கொட்டிலிலோ இவற்றில் ஒன்றுடன் ஒருவன் இருக்கநேரிட்டால் அவன் அந்தப் பக்கம், இந்தப் பக்கம் திரும்புவதோ, அஜாக்கிரதையாக இருப்பதோ முடியாதென்பது அவனுக்குத் தெரியும். அப்படியிருந்து அதனிடம் மாட்டிக் கொண்டால், அது அவனிடம் இரக்கம் காட்டாது. பொது வேலைகளைச் செய்வதற்காக பண்ணையில் வேலையிலிருக்கும் என்னைப் பொருத்தவரை, என்னோடு நன்றாக ஒத்துப்போகக் கூடியது, சற்றே வயதான, மிகவும் நாசூக்கான, 'பெரிய பட்' என்றழைக்கப்பட்ட ஒரு டச்சுக் காளைதான். 'பெரிய பட்'டின் விஷயத்தில், அவசியம் நேரும்போது நான் அதைக் கவனித்துக் கொள்வேன். அச்சமயங்களில் மகிழ்ச்சியின் உருவமாக நான் இல்லாவிட்டாலும், நிம்மதியாகவும் பரபரப்பின்றியும் அதை நான் செய்ய முடிந்ததற்குக் காரணம், அது இயல்பிலேயே மரியாதை உடைய, விஷயம் தெரிந்த டச்சுக்காளை என்பதுதான். அதன் டச்சுத்தனம் மிகவும் வெளிப்படையாகத் தெரிந்தது. இதற்குக் காரணம் ராஜாக்களும், ராணிகளும் இருந்த அதன் தாய்நாட்டில், காளைகள் தோன்றிய காலம்தொட்டே, மரியாதைகளைக் கடைப்பிடிக்க அவை பழக்கப்படுத்தப்படுகின்றன. எனவே, டச்சுக்காளை தன் பொறுப்புகளைப் பற்றிய கூரிய உணர்வுடன்தான் பசுக்கள்மீது கவிழும். டச்சுப் பசுக்களும் மிகவும் பதமாக நடந்து கொள்ளக்கூடியவையாதலால் அது பார்ப்பதற்கு அழகான ஒன்று. எனவே, பசுக்களில் ஒன்றுடன் 'பெரிய பட்' தன் வேலையைச் செய்யும்போதும், பசுவிடம் ஒரு புன்சிரிப்பையும்,

கிட்டத்தட்ட 'மிக்க நன்றி' என்று கூறுவது போன்ற குறிப்பையும் பெற்று, 'பெரிய பட்' மிக நளினமாக அதன் மீதிருந்து இறங்கும்போதும் இங்கு வருபவர்கள்கூட அதைப் பார்த்து சந்தோஷப்படுவார்கள். அது மிக நாசூக்கான ஒரு காரியம். இருக்கட்டும். அந்தப் 'பெரிய பட்' என்ற காளைக்கு, அதற்கு வயதாகிக்கொண்டிருப்பதாலும், அதற்கு வேலை தொடர்ந்து கிடைக்க அதனால், தன் ஆயுதத்தை நிமிர்த்த முடியவேண்டும் என்பதாலும் - என்றைக்குப் 'பெரிய பட்' வாள் வீச முடியாததாகிறதோ அன்று "போய் வா, "பெரிய பட்' " தான். அப்போது நான் அதை இழந்து தவிக்கலாம் - என்னால் முடிந்த போதெல்லாம் கரும்புச் சக்கைகளுடன் கொஞ்சம் பட்டாணியைக் கலந்து கொடுக்கிறேன். உண்மையில், யாருக்கும் அது நெருங்கிய நண்பனாக இல்லாவிட்டாலும், அது நம்மை நடத்தும்விதம் குறைந்தபட்சம் நடுநிலைப்பள்ளிப் படிப்பாவது அதற்கு இருக்கும் என்று நினைக்கவைக்கும்.

பழைய காலங்களில் இப்படி இருக்கவில்லை. இத்தகைய ஒழுங்குமுறை அப்போது இல்லை. பசுக்களிடம் வேலைசெய்யும் பொறுப்பில் முன்பிருந்த திமில் முதுகு மிகவும் அக்கிரமமானது. 'பம்பாய் நோனோ' என்றழைக்கப்பட்ட அந்தக் காளை, அதன் ஜாதிப் பசுக்களுக்கிடையில் புழுதிபறக்கத் தரையதிர உலவிக்கொண்டிருக்கும். ஏதாவது ஒரு பசு, அதைக் கண்காணிப்பதை மறந்துவிட்டால், எல்லாவற்றுக்கும் சொந்தம் கொண்டாடும் பணம் கொடுத்த வாடிக்கைக்காரன்போல, மூக்குவழியே புகையைக் கக்கிக்கொண்டு, வேலைக்குத் தயாராய், பசுவிற்கு சரியான தயார் நிலையில் நிற்பதற்குக்கூட நேரம் கொடுக்காமல், அதன்மீது 'நோனோ' பாயும். கடவுளுக்கு நான் எதற்காகவாவது நன்றி சொல்வேனென்றால் அது, அவர் அந்தப் பசுக்களில் ஒன்றாக என்னைப் படைக்காததற்காகத்தான். உண்மையில் பல சமயங்களில், பசு மேய்ப்பவர்கள் - அது சரியாக நுழைவதற்குத் தோதாக அதைச் சரிசெய்ய வேண்டும். ஏனெனில், 'பம்பாய் நோனோ' விஷயங்களைச் செய்யும் முறைகளில் கவனம் காட்டுவதில்லை. பசுவின் எந்தப் பகுதி அதற்குத் தட்டுப்பட்டாலும், அங்கேயே அழுத்திவிடும். மிகவும் பின்தங்கிய வகை. அவலட்சணத்தின் அரசன். தன் பசுக்களை 'பம்பாய் நோனோ' புணர்ந்தபோது, பசுக்கள் மிகவும் அவஸ்தைப்பட்டன. அதை நினைக்கும்போது என் உடம்பு நடுங்குகிறது. 'பெரிய பட்' தன் பசுக்களை நடத்தியவிதத்தோடு, 'நோனோ' தன் பசுக்களை நடத்தியவிதத்தை ஒருவன் ஒப்பிட்டுப் பார்த்தால், 'பெரிய பட்' போல் நாசூக்கும், நாகரிகமும் உள்ள வெள்ளையான ஒருவனுக்கும், 'நோனோ'போல் கொள்கையற்ற கருப்பினத்தைச் சேர்ந்த ஒருவனுக்கும் உள்ள வித்தியாசத்தை அவன் பார்க்கலாம். என்னுடைய அடுத்த பிறவியில், கடவுள் தயவில், நான் வெள்ளையாகவும், நன்கு படித்தவனாகவும் பிறக்க வேண்டும் என்பதற்கான பல காரணங்களில் இதுவும் ஒன்று.

‘நோனோ’ இப் பகுதிகளில் மிகவும் ரசித்து, மதிக்கப்பட்டாலும், இரட்டைத் திமிலுள்ள மிருகம்போல் படுக்கையில் உற்சாகமாகத் தங்களைக் கற்பனை செய்துகொண்டு, தங்கள் ஆண்களை “எனக்கு இன்னும் கொடு, என்னருமை நோனோ!” என்று சொல்லிப் பாராட்டிய பெண்களைப் பற்றிய கதைகள் இருந்தாலும் - இத்தகைய பெண்களை திமில்முதுகுள்ள பசுக்கள் என்றுதான் நான் நினைக்கிறேன். ஏனென்றால் எனக்கு மென்மையாக நடப்பதுதான் பிடிக்கும். கெஞ்சிக் கேட்கப்படும்போதுதான் அல்லது உண்மையிலேயே தகுதி உள்ளபோதுதான் அடி, உதைகளை உபயோகிக்க வேண்டும்-தன் பசுக்களை, கிட்டத்தட்ட கிழித்த ‘நோனோ’போல் நடக்க நான் விரும்பவில்லை.

இருப்பினும், இந்தப் பிரதேசத்தில் நோனோக்கள், பெரிய பட்கள் மற்றும் ஓரளவு பெயர் பெற்ற பொலிகாளைகள் இருப்பதால் மேலே குறிப்பிடப்பட்ட நடவடிக்கைகள் தரமாக இருக்கின்றன. தன் நிழலோடு பேசிக்கொண்டிருப்பதுபோலவோ அல்லது அரசியலோ, வேறு ஏதாவதோ பேசிக் கொண்டிருப்பதுபோலவோ தோன்றும் சேவல் சிலசமயங்களில் சடசடவென்று எழுந்து, கோழிகளை முன்னும், பின்னுமாக அலகால் குத்தி அவற்றின் வால் பக்கமாக நிமிர்கிறது. தீப்பொறிபோல் தன் வேலையை ஐந்து நிமிடங்களில் முடித்துவிடுகிறது. முட்டைகள் வெண்மையாக இல்லாமல் சாம்பல் நிறமாக, வறண்டவையாக இல்லாமல் வளமானவையாக, ஆரோக்கியம் தருபவையாக இருக்கின்றன. இல்லாவிட்டால் சின்னச்சின்ன குஞ்சுகள் வெளிவந்து தேவனின் விருப்பப்படி குஞ்சுகளின் பெருக்கத்தில் ஈடுபடுகின்றன. சின்னப் பல்லிக்கு வலப்பக்கம், இடப்பக்கமாக இரண்டு. எனவே, பெட்டைப் பல்லி இடது பக்கமிருந்தாலும் வலது பக்கமிருந்தாலும் நன்கு அனுபவிக்க முடியும் என்றாலும் பல்லி அதைப் பயன்படுத்திக்கொண்டு இரண்டு பெண் பல்லிகளைப் பிடிக்காமல் ஒன்றையே பிடிக்கிறது. ஏனென்றால், இரண்டிருப்பது ஜம்பத்திற்குரிய விஷயமல்ல. பல்லி சாப்பிடக்கூடிய பல சிறுபூச்சிகள் இருந்தாலும், பல்லியைச் சாப்பிடும் ஜந்துக்களும் இருப்பதால், அது காலத்தை வீணாக்கக் கூடாது என்ற காரணத்தினால்தான். சப்தமிடும் பறவை காற்றில் இதைச் செய்கிறது. சிலசமயங்களில் போகிறபோக்கில்; சில சமயங்களில் அழைப்புக்குரல் கொடுத்து, அந்தச் சந்தர்ப்பத்தைப் பயன்படுத்திக்கொண்டு. அப்போது அதன் இதயம் வேகமாக துடிப்பதால், அது சீக்கிரமே இறந்துவிடுகிறது. பெண் கழுதைகளும், பெண் குதிரைகளும் ஆணினம் தங்கள்மேலே ஏறுவதை மிகவும் ரசிக்கின்றன. மத்தியானம் முழுவதும் ஆண் கழுதையைக் காலால் உதைத்து உதைத்து அதற்கு உணர்ச்சி ஏற்பட்டவுடன், தன் பற்களை நற நறவென்று கடித்துக்கொண்டு, வாயில் நீர் ஒழுக, அந்த ஆண் கழுதை, தான் பெற்ற உதைகளை நன்கு திருப்பிக் கொடுக்கத் தெரிந்தால்,

அவற்றின் விசிறிகளாகும் பெண் கழுதைகளும் உண்டு. பெண் ஆமைமீது ஏறும் ஆமை உறுமும். அது உறுமுவதும், பெண் ஆமை மிகப் பொறுமையாக இருப்பதும், அவற்றின் உடம்பு அமைப்பு காரியத்தைக் கஷ்டமாக்குவதால்தான். பன்றியும், வாத்தும், தங்கள் பெட்டைகளை பிரமை பிடிக்கவைக்கும் திருகாணியைப் பயன்படுத்துகின்றன. பூனை அச்சமயத்தில் முட்களை வெளிப்படுத்துகின்றது. எனவே, அது வெளியே உருவும்போது பெண்பூனைக்கு ரத்தக்கசிவு ஏற்படுகிறது. அந்த ரத்தக்கசிவு அது கர்ப்பமாவதற்கு அவசியமான ஒன்று. ஜெயம் செய்யும் வெட்டுக்கிளி அசைவற்று நிற்கும். காரியம் முடியும் முன்னரே தன் ஆணைச் சுவைத்து விழுங்கும். முழு ஆணுக்கும் அதன் வயிற்றுக்குள் இடம் இருக்கிறது. இவை எல்லாவற்றையும் இங்கு பார்க்கமுடியும். மேலும் கடலை அடுத்த ஏரியில் தவளைகளும், தேரைகளும் கல்யாணம் செய்துகொள்வதையும், தண்ணீர்ப் பரப்பு முழுவதும் பெரிய ஜந்துக்களின் சப்தங்களையும் பார்க்கலாம். இயற்கை அமைந்திருப்பது இப்படித்தான். ஒவ்வொரு புணர்ச்சியிலும் இயற்கையின் சக்தியை உணரலாம்.

இந்த நவீன காலங்களில் நாம் இயற்கையோடு ஒன்றி வாழ்வதில்லை. எல்லாம் மாறத் தொடங்கும்வரை , பண்ணைக்கு பல டாக்டர்களும், முக்கியப் புள்ளிகளும் வர ஆரம்பிக்கும் வரை, எல்லாவகையான காளைகளையும் வெறுத்த எனக்கு, என்ன நடக்கிறதென்று ஒன்றும் தெரியவில்லை. பலவிதமான அறிவிப்புகளுக்கும், பெரிய பயங்களுக்கும் பிறகு, பாண்ட் கோஷ்டி மட்டும் இல்லாத குறையாக, நாங்கள் ஒரு கூட்டமாக, பெரிய கூண்டுடன், ரயிலில் வரும் ஃபிரஞ்சு சாரோனை காளையை வரவேற்க ஸ்டேஷனுக்குச் சென்றோம். வருவதற்குமுன்பே அந்தக் காளைக்கு அலன்டெலோன் என்ற பெயர் சூட்டப்பட்டுவிட்டது. எல்லா ஃபிரஞ்சுப் பெயர்களும் 'ஒன்' என்றுதான் முடியும். இங்கிலாந்து மேல் படையெடுத்த, ஜான் அரசனைப் போர்ச்சுகல் நாட்டிலிருந்து விரட்டிய, எங்கும் பெரிய பரபரப்பை ஏற்படுத்திய, யாரையும் எளிதில் தப்பிப் போக விடாத, மற்றொரு பெரிய ஃபிரஞ்சுக்காரனான நெப்போலியேன் பெயரைத்தான் முதலில் வைப்பதாக இருந்தது. ஆனால் மிகப் புகழ்வாய்ந்த ஒரு ஃபிரஞ்சு சினிமா நட்சத்திரத்தின் பெயரான அலன்டெலோன்தான் இறுதியாகத் தேர்வு செய்யப்பட்டது. அலன்டெலோனைப் பற்றி நான் கேள்விப்பட்டதிலிருந்து, அதன் வருகையை இங்கிருக்கும் பசுக்கள் மிக விமரிசையாகக் கொண்டாடும் என்று எதிர்பார்த்தேன்.

ஆனால் அதைப் பார்த்த உடனேயே அந்த அலன்டெலோன் இருட்டால் போர்த்தப்பட்ட, சாவுத் துயரத்தில் இருப்பது போன்ற, ஒரு முழுமையான துன்பம் நிறைந்த பிராணி என்று எனக்குத் தோன்றியது. முதலில் அது ஃபிரஞ்சுக் காளைகளின் இயற்கை குணம் என்று நினைத்தேன். ஏனென்றால், ஃபிரஞ்சுக்காரர்களுக்கு

மிகுந்த காம உணர்ச்சி இருந்தாலும், 'பம்பாய் நோனோ'வைப் போல் இல்லாமல் முழுக் கண்ணியத்தோடுதான் நடந்துகொள்வார்கள் என்பது எல்லோரும் அறிந்தது. அப்படியே இருந்தாலும் பிரத்யேக உணவு, மஸாஜ், வைட்டமின்கள் இவற்றுடன் ஒரு மகாராஜாவைப் போல் இனிமேல் நடத்தப்படப்போவது தெரிந்தும் இந்தக் காளை ஏன் இவ்வளவு சோகமாக இருக்கவேண்டும்? அதன் கூடச் சேர்ந்து வேலை செய்யப்போகும் பசுக்கள் ஒருவேளை உயர்ந்த ஜாதி ஃபிரஞ்சுப் பசுக்களாக இல்லாமல் இருக்கலாம். ஆனால் அவை தூக்கி எறியப்படக்கூடியவையும் இல்லை. போதாததற்கு அது கோடைக்காலத்தின் ஆரம்பம். 'ப்ளோ' ஈக்கள்கூடத் தங்கள் பெட்டைகளுக்கு வேண்டியதை தாராளமாகக் கொடுக்க, காது குடையும் வண்டுகளும், அவற்றின் பெட்டைகளும், இன்னும் 'கேவி'க்களும் அனுபவிக்க (ஆனால் 'கேவி'க்கள், எப்போதும் கோடையானாலும், குளிர்காலமானாலும், ஒன்று சாப்பிட்டுக் கொண்டிருக்கும் அல்லது காதல் செய்யும் கருவிகளைப் பயன்படுத்திக் கொண்டிருக்கும் என்பது எல்லோருக்கும் தெரியும்), கறுப்பு உடை அணிந்த மனிதன்கூட இதில் ஈடுபட (உதாரணத்திற்கு, ஃபாதர் பாரன்டிங்கோவைப் பாருங்கள். கடவுள் அவர் ஆன்மாவைக் காக்கட்டும். இதைப்பற்றி இனிமேல் ஒரு வார்த்தைகூட என் உதடுகள் பேசாமலிருக்கட்டும்) காற்றில் காமம் பண்ணை முழுவதும் பரவிநின்ற காலம்.

இப்படி ஒரு வேலை கிடைக்கவேண்டும் என்று நம்மில் பலர் ஆயுள் முழுவதும் ஜெபித்துக்கொண்டிருக்கும்போது, அலன்டெலோன் வருத்தத்தோடு, யாரோடும் ஒத்துப்போக முடியாத பிராணியாக இங்கு வந்து சேர்ந்திருக்கிறது. யானையைப் போல் பெரிதான, கருப்பான அந்த மிருகம், வாலைச் சுழற்றிக் கொண்டு, வாயில் நீர் ஒழுக்கிக்கொண்டு, தன் ஆயுதத்தைத் தயார் செய்துகொண்டு இருப்பதை விடுத்து, எல்லோரும் அதைப் பார்த்து வருத்தப்படும்படியாக, கவலை தோய்ந்த முகத்தோடு இருக்கிறது. ஆனால், இதுதான் அந்த மிருகத்திற்கு மூளை இருக்கிறது என்பதற்கு அத்தாட்சி. ஏனென்றால், எங்கள் அலன்டெலோன் நடக்கப்போவதை முழுவதுமாகத் தெரிந்துவைத்திருந்தது. பாவம். அது சந்தோஷமாக இல்லாமல் இருப்பதற்கு அதற்கு முழு நியாயம் இருக்கிறது.

நான் அந்தக் காரணத்தைக் கண்டுபிடித்தபோது அதிர்ச்சி அடைந்தேன். ஈக்கள் அதைத் தொந்தரவு செய்யாமல் இருக்கப் பயன்படுத்தப்பட்ட ஒரு அமெரிக்க சாதனம் உட்பட எல்லா வசதிகளுடனும்கூடிய காற்றோட்டமான அறையில் அலன்டெலோன், ஒரு வாரமோ, இரண்டு வாரங்களோ இருந்தது. சில வாளிகளையும், தொட்டிகளையும் எடுத்து வருவதற்காக அதன் அறைக்குச் சென்றபோது, அதன் விடுமுறை எப்போது முடியும், பசுக்களிடம் தன் வேலையை எப்போது அது தொடங்கப்போகிறது என்று நான் கேட்டேன்.

“அதற்கு இங்கு நல்ல புகழ். எல்லோரும் அது வேலை செய்வதைப் பார்க்க ஆசைப்படுகிறார்கள். அது மிகத் திறமைவாய்ந்த காளையாக இருக்கவேண்டும்” என்று நான் சொன்னேன்.

“ஆனால் அது, பசுக்களிடம் வேலை செய்யப்போவதில்லை” என்று டாக்டர் க்ரஸன்சியோ பதில் கூறினார். அவர் பசுக்களைப்பற்றிப் படித்துக் கல்லூரியில் பட்டம் வாங்கியிருக்கிறார். கட்டளைகளைப் பிறப்பித்துக்கொண்டு, ஒருவகையில், பசு இஞ்சினியர்போல் இங்கு வேலை செய்கிறார்.

“அப்படியானால், அது ஏன் இங்கு இருக்கிறது? அது பொலிகாளைதானே?”

“இதைப் போன்ற ஒரு மிருகத்தை பசுக்களிடம் நேரடியாக விட்டு அதை விரயப்படுத்துவோம் என்று நினைக்கிறாயா? இல்லை சார்! அதனிடமிருந்து வரும் ஒவ்வொரு துளியும் தங்கத்திற்குச் சமம். அதனிடமிருந்து விந்தை எடுத்து ஐஸ்பெட்டியில் வைத்து, பசுக்களுக்கு ஊசிமூலம் செலுத்துவோம். அப்படிச் செய்வதால் கொஞ்சம்கூட வீணாகாது.”

அந்தச் சமயத்தில், அலன்டெலோன் முகத்தை நீட்டிப் பார்ப்பதை நான் பார்த்தேன். அந்த முகத்திலிருந்து, அதற்கு பிரேஸிலிய மொழி தெரிந்திருக்கும் என்று உணர்ந்தேன். ஃபிரான்ஸில் அந்த மொழியை அது கற்றிருக்கலாம். எங்கள் உரையாடலை முழுவதுமாகப் புரிந்துகொண்டதால் அது முன்னைவிடச் சோகமாகிவிட்டது. இதயத்தில் ரத்தம் வடியச் செய்யும் சோகம். விந்தை எடுப்பதென்றால் எப்படி, அதன் விரையில் ஊசியைக் குத்தியா அல்லது வேறுவகையிலா? என்று நான் விசாரித்தேன். இல்லை என்றார் டாக்டர் க்ரஸன்சியோ. குறிப்பிட்ட கால இடைவெளியில், விந்து எடுப்பவர்கள் வந்து தங்கள் கைகளால் அந்தக் காரியத்தைச் செய்வார்கள்.

“எப்படிச் செய்வார்கள்?”

“இன்னும் சில நிமிடங்களில் விந்தைச் சேகரிக்கப் போகிறோம். நீ விருப்பப்பட்டால் பார்க்கலாம்.”

“அது காளையை சங்கடப்படுத்தாதா, டாக்டர்?”

உண்மையில், அலன்டெலோன் உற்சாகமாக இல்லாவிட்டாலும், கஷ்டம் ஏதுவும் தரவில்லை. தன் தொழிலில் அனுபவம் வாய்ந்தது அது, என்பது பார்த்தவுடன் தெரிந்தது. விந்து எடுக்கவரும் ஆட்களைப் பார்த்த கணத்திலேயே அது கால்களை அகற்றிவைத்து, வேறுபக்கம் திரும்பிக்கொண்டு மிகவும் தொழில்ரீதியாக அவர்களை வேலை செய்ய அனுமதித்தது. சிறு பெருமூச்சுக்கூட இல்லாமல். மெடல்கள் பல

வாங்கிய கௌரவமான ஒரு காளை, பிரம்மச்சாரிக் காளை என்று அழைக்கப்பட நேர்ந்ததற்காக எவரும் மிக மிக வருத்தப்படாமல் இருக்க முடியாது. விந்து எடுப்பவர்கள், கடைசியில் அதைச் சிறிது அழுத்தக்கூட செய்தார்கள். ஆனால் அது மறுப்பு எதுவும் தெரிவிக்கவில்லை. அத்தகைய அவமானங்களைச் சிறந்த முறையில் சகித்துக்கொண்டு நின்றது. எப்படி ஒரு ஜீவனால்- அதுவும் ஃபிரெஞ்சு இனம் - இதைத் தாங்கிக்கொள்ளமுடிகிறது? அதன் தொழில் இங்கு மதிக்கப்படுவதைவிட ஒருவேளை, ஃபிரான்சில் அதிகமாக மதிக்கப்படலாம். இங்கு எல்லாம் இயற்கையாக இருக்கின்றன. அந்தக் காளைக்குப் பல பட்டப் பெயர்கள் - 'ஐந்துக்கு ஒன்று', 'குளிர்ந்த குழாய்', 'பசு அறியாப் பிராணி', 'காற்றோழி', 'சொட்டு ஜாடி', 'கை மாவு' - இன்னும் பல. ஒருவரது துரதிருஷ்டத்தைப் பார்த்து சந்தோஷப்படுவது கூடாது என்றபோதும் நாங்கள் சிரித்தோம்.

அலன்டெலோனுக்கு ஒரு உபகாரம் செய்ய நாங்கள் முடிவு செய்தோம். இந்த உபகாரத்தைச் செய்யப்போவது, நல்ல ஜாதியில்லாத, ஆனால் பருத்த பிருஷ்டமும், நல்ல உடம்பும், வாழ்க்கையில் மிகுந்த அனுபவமும்கொண்ட 'ஹனிபிளாஸம்" என்ற பசுதான். இந்தப் பசு 'பம்பாய் நோனோ'வின் காதலி என்றுகூடச் சிலர் சொல்கிறார்கள். அந்த இரண்டு மிருகங்களும் 'அங்கோலா'ப் புகையிலைச் செடிகளை - இவற்றைத்தான் 'மரியுவானா' என்பார்கள் - தின்றுவிட்டு மிகவும் அசிங்கமாகக் கூத்தடித்தன என்றும் சொல்கிறார்கள். அவ்வப்போது நாங்கள் கொஞ்சம் கொஞ்சம் புகைக்கும், ஆனால் மறைக்கப் பார்க்கும் இந்தச் செடிகள், இங்கு புல்லைப்போல் மண்டிக் கிடக்கின்றன. இதெல்லாம் 'நோனோ'வுக்கு நோய் ஏற்பட்டு, கிழடாகி, வாயில் புண்ணுடன், எல்லோராலும் ஒதுக்கப்பட்டுச் சாவதற்குமுன் நடந்தது. 'ஹனிபிளாஸம்' ஒரு இளம்பசு இல்லை என்பது எங்களுக்குத் தெரியும். ஆனால் ஃபிரெஞ்சுக்காரர்களுக்கு வயதான பெண்களைப் பிடிக்கும் என்பதும் எல்லோருக்கும் தெரியும். மேலும், 'ஹனிபிளாஸம்' மற்ற பசுக்களைப் போல் இல்லாமல் எப்போதும் நல்ல மூடில் இருக்கும்.

எனவே நானும், இம்மானுவேலும், உதவிப்பையன் ரூபிடெனோரும் 'ஹனிபிளாஸ'த்தை, அலன்டெலோனின் கொட்டிலுக்கு அருகில் அழைத்துச்சென்று, இரவில் அலன்டெலோனை அவிழ்த்துவிடுவது என்று முடிவுசெய்தோம். உடனே அதை நிறைவேற்றினோம். சந்திர ஒளி வேறு எங்களுக்கு உதவிசெய்தது. கதவை நாங்கள் திறந்தவுடன், அலன்டெலோன் அதிர்ச்சி அடைந்துவிட்டது. நாங்கள் எவ்வளவோ விளக்கிச் சொல்லியும் பலன் இல்லை. அதற்குப் பழக்கம் இல்லாததால், கொட்டிலை விட்டு வெளியே வர மறுத்தது. இம்மானுவேல் அதற்கு மூடு வரவழைக்க, அதன் ஆண்குறியைச் சுண்டிப் பார்ப்போமா என்றுகூட யோசனை கூறினான். ஆனால் அப்படிச் செய்தால், எங்களை விந்து எடுக்கும் கூட்டம் என்று அது நினைத்துவிட்டால்-அவ்வாறு

நினைத்து வேலையைச் சீக்கிரம் முடிக்கவேண்டும் என்று விரும்பினால் என்னாவது என்ற பயத்தில் அந்த யோசனையைக் கைவிட்டோம். இவ்வளவு பெரிய காளைக்குக் கோபமூட்ட முயற்சி செய்யக் கூடாது. எங்களது மிகக் கடினமுயற்சிக்குப் பின் அலன்டெலோன் ஒருவாறாக, அங்குலம் அங்குலமாக நகர்ந்து 'ஹனிபிளாஸம்' இருந்த அறைக்கு சிறிது சந்தேகத்துடன் சென்றது. உடனே 'ஹனிபிளாஸம்' தான் ஒரு சூடேறிய கிழப்பசு என்பதை நிரூபிக்கும்வண்ணம், நாசிகளை விடைத்துக்கொண்டு அலன்டெலோனை நெருங்கி நெருங்கி வந்தது. ஆனால் அது கவனித்ததாகவே தெரியவில்லை.

"கொஞ்சநேரம் முன்பு, இதற்கு விந்து எடுத்திருப்பார்களோ? அதனால்தான் பலவீனமாயிருக்கிறதோ?" இம்மானுவேல் கேட்டான்.

"இல்லை, இல்லை!" காரியம் நடந்து, அதைப் பார்க்கத் துடித்துக்கொண்டிருந்த ரூபிடெனோர் கூறினான், "இன்னும் கிட்ட இழுக்கலாம், பசுகிட்டே."

அடிமுட்டாளான அந்தக் காளை, எத்தனை டன் எடை இருக்குமோ தெரியாது. நாங்கள் 'வா, அலன்டெலோன், வா, அலன்டெலோன்,' என்று கத்தியபடி, அதை இழுப்பதும் தள்ளுவதுமாக முயற்சி செய்தோம். 'ஹனிபிளாஸம்' வேறு தயாராய் நின்றுகொண்டிருந்தது. அலன்டெலோனுக்கு அடியில் ஒரு ஜாக்கியை வைத்து நெம்பும் ஒரு காரியத்தைத் தவிர எல்லாவற்றையும் செய்தோம். பலன் இல்லை. நாங்கள் எல்லா முயற்சிகளையும் கைவிட்டுவிட முடிவு செய்தபோது, அது திடீரென்று கண்களை உருட்டி இந்தப்பக்கமும், அந்தப்பக்கமும் பார்த்தது. என்னைப் பார்த்தது. இம்மானுவேலையும் பார்த்தது. பிறகு பசுவின் முதுகில் ஏற உந்தியபடி பலவீனமாக முயற்சி செய்தது. அந்தக் கிழச்சாத்தான் பெண் பசு, கண்ணிமைக்கும் நேரத்தில் தன்னைத் தயார் நிலையில் நிறுத்திக்கொண்டது. அதற்கு அந்த ஃபிரஞ்சுக் காளையை அனுபவிக்க இன்னும் விருப்பம் இருந்தது.

"இதோ, இதோ! நம்பிக்கையைத் தளரவிடாதே, அலன்டெலோன்."

ஆனால் ஃபிரஞ்சுக் காளைகள் நம்பிக்கை இல்லாதவைபோலும். ஹனிபிளாசத்தின் உயரத்தை அடையுமா என்று நாங்கள் சந்தேகப்பட்ட அந்த பலவீனமான சிறிய எழுச்சியின் பாதியிலேயே, அலன்டெலோன் கண்களை உருட்டி விழித்தது. அதன் தொண்டையிலிருந்து சிறுசப்தம் வெளிப்பட்டது. அதன் விந்து முழுவதும் தரையில் சிந்தியது.

"அடக்கடவுளே! ஏழு லட்சத்திற்குமேல் நல்ல பணம் புழுதியில் விழுகிறதே!" என்றான் இம்மானுவேல், "காளையை உள்ளே கொண்டுபோவோம்."

உண்மையில், இந்தச் சூழ்நிலையில் செய்யக்கூடிய ஒரே காரியம், மிகுந்த அவமானத்திற்குள்ளானதுபோல காணப்பட்ட காளையை உள்ளே கொண்டுசெல்வதுதான். 'ஹனிபிளாஸத்திற்குப் படுளரிச்சல். 'பம்பாய் நோனோ' பற்றிய கனவுகளில் அது மூழ்கியிருக்கும் என்று எங்களுக்குப்பட்டது. மறுநாள், அலன்டெலோனின் சரக்கு வீணானதுபற்றி நாங்கள் யாரும் மூச்சுக்காட்டவில்லை. விந்து எடுப்பவர்கள் அடுத்தமுறை வந்தபோது, நாங்கள் சிறிது பயந்தாலும், அலன்டெலோன் வழக்கம்போல் கொடுப்பதைக் கொடுத்து விட்டதால் யாருக்கும் சந்தேகம் ஏற்படவில்லை . எங்கள் மூவரையும் அருகில் பார்க்கும்போதெல்லாம் அலன்டெலோனுக்கு ஏற்பட்ட சங்கடத்தை நாங்கள் மூவரும்தான் கவனித்தோம். ஆனால் நாங்கள் அதைப் புரிந்துகொண்டு மதித்ததால், எந்த அபிப்பிராயத்தையும் சொல்லவில்லை. அலன்டெலோன் ஒருவகையான நிறுவனம் என்பது தெரியவந்தது. அதைத் தனக்கே சொந்தமாக்கிக்கொள்ள ஒருவரிடமும் போதுமான பணவசதி இல்லாததால், அது சிலகாலம் ஒரு பண்ணையிலும், பின் வேறு பண்ணை, அதன்பின் வேறு ஒன்று' என்று மாறி, மாறித் தன் உற்பத்தியைத் தந்துகொண்டிருந்தது. அதைக் கூண்டில் வைத்து, ஸ்டேஷனுக்கு மீண்டும் கொண்டு செல்லவேண்டிய அந்தத் தினம் எங்களுக்கு வந்தது. அது இங்கு நண்பர்களையும் ஏற்படுத்திக்கொள்ளவில்லை. விரோதிகளையும் ஏற்படுத்திக்கொள்ளவில்லை. அது, தன் தொழிலுக்காகவே பிறந்தது, அதற்குத் தெரிந்த ஒரே வேலைமுறை அதுதான் - அதில் அது நிபுணன் என்பதால், ஒருவரும் ஒன்றும் செய்வதற்கில்லை என்று எங்கள் மூவருக்கும் நிச்சயமாகத் தெரிந்தது. இருந்தாலும், ரயிலில் ஏறும் சமயம் இம்மானுவேல் அதன் தலையைத் தட்டிக் கொடுத்து, "ஒரு நல்ல கையை நீ கண்டுபிடிக்க, கடவுள் உனக்கு உதவட்டும், அலன்டெலோன்" என்றான். பண்ணை முதலாளியின் காதுகளில் இது விழுந்தாலும், அவர் அதைப்பற்றி ஒன்றும் கேட்கவில்லை. அந்த ஃபிரஞ்சுக் காளையின் வேலைமூலமாக அவர் சம்பாதித்த பணத்தை எண்ணி அவர் மகிழ்ந்துகொண்டிருந்தார். ரயில் நகரத் தொடங்கியபோது, மெல்லிய குரலில் அவர் பாடினார்.

'தா - ய - க - த் - து அலன்டெலோனே!'

எனக்குப் புரியவில்லை என்று அவர் நினைத்தார். ஆனால் எனக்குப் புரிந்தது. நெப்போலியன் என்ற வார்த்தைக்குப் பதில் அலன்டெலோன் என்ற வார்த்தையைப் போட்டு, பிரெஞ்சுப் பாடல் வரி ஒன்றை மாற்றிப் பாடினார். பிரஞ்சு மொழியில், அதற்கு, **'எங்கள் தாயகத்து அலன்டெலோன்'** என்று அர்த்தம். அவர்கள் **'தாயகம்'**, என்னுடையதல்ல.

தமிழில்- **விஜயகுமார்**

## ஜோர்ஜ் அமாடோ
(JORGE AMADO)

தெற்கு பாஹியாவில் 1912ம் ஆண்டு பிறந்த பிரேஸில் நாட்டு நாவலாசிரியரான ஜோர்ஜ் அமாடோ, அதிகம் எழுதிய லத்தீன் அமெரிக்காவின் மிகப் புகழ்வாய்ந்த எழுத்தாளர். தன் முதல் நாவலை அவர் பத்தொன்பது வயதில் வெளியிட்டார். அதிலிருந்து ஒரு வழக்கறிஞராக, பத்திரிகையாளராக, நாவலாசிரியராகப் பணிபுரிந்து வருகிறார். சமூகநீதியை வலியுறுத்துவதாலும், அதனுடன் பின்னியிருக்கும் பாஹியா பிரதேசத்து மக்களின் பிரச்னைகளைப் பற்றியே பெரும்பாலும் அவர் எழுதியிருப்பதாலும் ஒரு வட்டார எழுத்தாளர் என்றுகூட அவரை அழைக்கலாம். மிகுந்த உயிரோட்டமும், தன்னுணர்வற்றதன்மையும், நகைச்சுவையும், நாட்டுப்புறத் தொடர்பும் கொண்டது அவர் எழுத்து. பிரேஸிலிய அகாடமியில் ஒரு உறுப்பினராகவும், பென்ஸில்வேனியா மாகாணப் பல்கலைக்கழகத்தில் கௌரவ ஆசிரியராகவும் இருக்கிறார்.

அவருடைய முக்கியமான நாவல்களில் சில:

CaCao (1993), The Violent Land (1943) Gabriela, Cloveand Cinnamon (1958), The Two Deaths of Quincas Watercycle (1959), Dona Flor and Her Two Husbands (1966), The Golden Harvest (1944), Home is the Sailor (1961), Show down (1985)

# பறவைகள் நிகழ்த்திய அற்புதம்
## (THE MIRACLE OF THE BIRDS)

பிரேஸில் நாட்டில், அலகோவாஸ் மாகாணத்தில், சாவோ பிரான்ஸிஸ்கோ நதிக்கரையில் இருக்கும் பிரான்ஹாஸ் நகரில், ஒரு பரபரப்பான சந்தை நாளன்று அந்த அற்புதம் நிகழ்ந்தது. ஃபாக்லாண்ட்ஸ் கொள்ளைக்காரனான லாம்பியாவோவுடன் சண்டை நடந்ததைப் பார்த்திருந்த, பணக்காரக் கர்னல் ஜார்டே ராமால்ஹோ முதல், மேனிஓக்மாவையும் புதிதாகப் பறித்த சோளத்தையும் விற்பதற்காக அன்று நகருக்கு வந்திருந்த அழுக்கு விவசாயிகள் வரை சமுதாயத்தின் பலதரப்பையும் சேர்ந்த நூற்றுக்கணக்கான நகரமக்கள் அதைப் பார்த்தனர். அந்த தினத்தில் பிரான்ஹாஸ் நகருக்கு வரவேற்புக்காக வந்திருந்த, நம்முடைய சிறந்த வட்டார நாவலாசிரியரான கிரேசிலினோ ராமோவின் புகழ்பெற்ற விதவையும் அதைப் பார்த்தாள்; டோனா ஹிலாய்சா ராமோ பயங்கரமாக உண்மை பேசுபவள் என்பதால், அவள் சாட்சி ஒன்றே என் கதை உண்மை என்று நிரூபிக்கப் போதுமானது.

இந்த விவகாரத்தில் முக்கியப் பாத்திரமான உபால்டோ கபாடோஸியோ, காதலன், பாடகன், துண்டுப்பிரசுரமாக அச்சிட்டுத் துணியில் தைத்து, சந்தையில் விற்ற, புகழ்பெற்ற கதைப்பாடல்களைப் புனைபவன் என்ற மூன்று தொழில்களிலும் இருந்த திறமைக்காக எங்கும் பாராட்டப்பட்டவன். ஆண்கள் நிச்சயமாக ஆண்களாக இருக்கும் அலகோவோஸ் மாகாணத்தில், கற்கால மனிதனின் தைரியத்திற்கும், கொடுமைக்கும் பெயர்பெற்ற கேப்டன் லின்டோல்ஃபோ எஸகுயில்தான் வில்லன். அவன் நிச்சயமாக எந்தவகையில் கேப்டன் என்பது தெளிவில்லாமல் இருந்தாலும், அடுத்த மனிதர்களைக் கல்லறைக்கு அனுப்பியதன் மூலமாகத்தான் அந்தப் பட்டத்தைப் பெற்றிருக்கிறான் என்பது எல்லோருக்கும் தெரியும். அவன் புகழுக்குக் காரணமான இரண்டு தொழில்களில் ஒன்று, நல்ல சம்பளம் கிடைத்த, மதிப்பைச் சம்பாதித்துக் கொடுத்த, கூலிக்குக் கொலைசெய்வது

என்பது. மற்றொன்று, அசாதாரணமான திறமையும், சக்தியும், ஆண் வர்க்கத்திற்கு தொடர்ந்து விடப்படும் அச்சுறுத்தல்களும் தேவைப்பட்ட சாபோவின் கணவன் என்ற பதவி. உண்மையைச் சொல்வதென்றால், சாபோ, தன் கணவனின் ராணுவப் பதவிக்கோ, அவனுடைய அசிங்கமான உறுமலுக்கோ, அவன் வைத்திருக்கும் பயங்கர ஆயுதத்துக்கோ மதிப்புக் கொடுக்கவில்லை. எல்லா ஆண்களுக்கு முன்னும் தன்னைக் காட்டிக்கொண்டு திரிந்த சாபோ, அவர்கள் (பதினாலு வயதுக்குக்கீழே உள்ள பையன்கள் உள்பட) ஒண்டிக்கட்டைகளோ, கல்யாணமானவர்களோ, நிச்சயதார்த்தம் முடிந்தவர்களோ, அடுத்த பெண்ணுடன் வசிப்பவர்களோ, என்று ஒவ்வொருவரின் கனவுகளிலும் தோன்றிக்கொண்டிருந்தாள். ஆனால் அவள் கணவனின் கொலைகார ஆண்கர்வத்தைத் தூண்டவும், துப்பாக்கி முனையில் பொசுக்கென்று சாகவும் துணிந்த நபர் சாபோ மட்டுமே. அவள்மீது காதற்சூடு கொண்டவர்கள் பற்களைக் கடித்துக்கொண்டு, வால்களை கால்களுக்கிடையில் சுருட்டிக்கொண்டு, தங்கள் பார்வையை சாபோ என்ற அபாயச் சங்கிடமிருந்து விலக்கிக்கொண்டனர்.

உபால்டோ கபாடோசியோவைத் தவிர எல்லோரும். அதற்குக் காரணம், அசட்டுத் துணிச்சலும் சிங்கத்தைப் போன்ற தைரியமும் உள்ளவன் என்பதல்ல; உள்ளூர் வழக்கம் சுத்தமாகத் தெரியாது என்பதுதான். தான் இயற்றிய கதைப் பாடல்களை ('ஓநாயைக் காதலித்த உயர்குலப் பெண்மணியின் கதை' என்ற புதிய பாடல் பரபரப்பாக விற்றுக்கொண்டிருந்தது; அதற்குத் தகுதியும் உடையது) விற்பதற்கு ஒரு பரபரப்பான சந்தையிடத்தையும், படிப்பவர்களையும் தேடி, அந்த ஊர்வழியே சென்றுகொண்டிருந்த ஒரு அந்நியன்தானே அவன்; அவன் தேடியவை, தன் பாடல்களை உடனடியாக இயற்றிக் காட்டவும், தன் வாத்தியத்தை வாசித்துக்காட்டவும் ஒரு கூட்டம், வேலைகளிலிருந்து அவன் ஓய்வுகொள்ளவும், அழகிய கருப்புப் பெண்ணை அணைத்துக்கொள்ளவும் ஆசையைத்தூண்டும் ஒரு படுக்கை, இவைதான். அவன் நோக்கம் எதுவாயிருந்தாலும், உண்மை என்னவென்றால் அவன், அந்த முரடனை எதிர்க்கத் துணிந்தான். அதுவும் ஒரு பெண்ணுடைய குட்டையான இரவு உடையில் அதைச் செய்தான். சரியாகச் சொன்னால், சாபோவின் இளஞ்சிவப்புநிறக் குழந்தைபொம்மை போட்ட மேல்சட்டையில்.

பாடகனான உபால்டோ, இதயத்தைக் கவரும் அழகிய உடலமைப்புக்கொண்ட ஆண். உயரம், மெலிவு, லாகவம், கலைந்த, அடர்த்தியான தலைமுடி, இயல்பான எளிதான சிரிப்பு எப்படிப்பட்டவர்கள் மத்தியிலும் உரையாடுவதில் திறமைவாய்ந்த அவனுக்கு, தன்னுடைய பேச்சை நகைச்சுவையாலும், அறிவாலும் சுவையாக்குவது எப்படி என்று தெரியும்; அவன் எங்கிருந்தாலும்

உடனடியாக அவனைச் சுற்றி உற்சாகமான ஒரு கூட்டம் சூழ்ந்து கொள்ளும். அவன் வேலைசெய்த, கவலைப்பட்ட காதல்செய்த பெரிய உள்நாட்டுப்பிரதேசமான பாஹியமா, செர்ஜிபி முழுவதும் பதிலுக்கு உபால்டோவை நேசித்தது, அவன் திறமைகளுக்கு எப்போதும் தேவை இருந்தது. பெயர்சூட்டு விழாக்களிலும், சவ அடக்கத்திற்கு முந்திய இரவு விழிப்புகளிலும், கல்யாணங்களிலும் கலந்துகொள்ள அழைப்பிதழ்கள் அவனுக்குக் குவிந்தவண்ணமிருந்தன. மணமகனையும், மணமகளையும் வாழ்த்திப் பேசுவதிலும், இறந்தவனைக்கூட சிரிக்கவைக்கவோ, அழவைக்கவோ கூடிய கதைகளைச் சொல்வதிலும் அவனுக்கு உண்மையிலேயே இணை யாருமே இல்லை. சும்மா பேச்சுக்குச் சொல்லவில்லை. உண்மையிலேயே அப்படி ஒன்று நடந்தது. அதை நிரூபிக்கக்கூடிய உயிருள்ள சாட்சிகள் பலரை நான் பிடித்துக்கொண்டு வரமுடியும். இங்கு இரண்டுபேரை மட்டும் குறிப்பிடுகிறேன். பிரதானக் கலைஞன் கலசான்ஸ் நேடோவும், செர்ஜிபியின் நாடோடி சபைப் பாடகனான ப்ளோரிஸ் வால்டோவும். சவப்பெட்டியில் ஆணிபோல் பிணமாய்க் கிடந்த அரிஸ்டோபியுலோ நெக்ரிடியூட், உபால்டோ மாரகோகைப்பில் ஒதுங்கிய திமிங்கிலத்தைப் பற்றிய கதையைச் சொன்னபோது, குதிரை கனைப்புபோல் வெடித்துச் சிரித்ததை அவர்கள் பார்த்தனர். என் நண்பனான ஓவியன் காரிபே ஒரு பொய்யன் என்பது எல்லோருக்கும் தெரியுமாதலால், அவனை சாட்சி சொல்ல நான் கேட்கமாட்டேன். அவன் கூற்றுப்படி, நெக்ரிடியூட் வெறுமனே சிரிக்காமல் கதைக்கு ஒரு ஆபாசமான திருப்பத்தையும் சேர்த்தானாம். ஆனால் நாங்கள் காரிபேயைப் பற்றித் தெரிந்துவைத்திருந்ததால் - அவன் ஒரு ஒழுக்கமான குடிமகன் இல்லை - அந்த ஆபாசமான விபரங்களைச் சேர்த்தவன் அவனேதான் என்று சொல்கிறோம். நெக்ரிடியூட் எல்லாம் தெரிந்தவனானாலும், மற்றவர்களின் கதையில் குறுக்கிடக்கூடாது என்பது தெரிந்தவன். ஒரு சரியான பிணம் எப்படி நடந்துகொள்ள வேண்டும் என்பது அவனுக்குத் தெரியும்.

உபால்டோ உண்மையிலேயே பிரகாசித்தது விருந்துக் கூட்டங்களில்தான். நெஞ்சோடு தழுவிப்பிடித்த கன்செர்டினா வாத்தியம், 'ரம்'மில் தோய்த்த கரகரப்பான குரல், சோர்ந்த கெஞ்சும் கண்கள், வாத்தியத்தில் உணர்ச்சியுடன் வழுக்கும் விரல்கள். இப்படிப்பட்ட வாசிப்பு, இளம்பெண்களிடம், கல்யாணமான பெண்களிடம், வைப்பாக இருக்கும் பெண்களிடம், வழுக்கிவிழுந்த பெண்களிடம், தேற்றமுடியாத விதவைகளிடம் (விதவைகளைத் தேற்றுவதென்பது உபால்டோவுடைய தாராளகுணத்திற்கு இயல்பானதே.) பெருமூச்சுகளையும், உறுதிமொழிகளையும் கவர்ந்தது. ஆழ்ந்த பெருமூச்சுகளுடன், தீவிரமான உறுதிமொழிகளுடன், சரமாரியான பயமுறுத்தல்களும், சாபங்களும் வழக்கமாக இணைந்தே வந்தன.

ஆனால் உபால்டோ, ஒரு கோழையில்லை என்பதால் எளிதாக முன்னேறிச் சென்றான்.

நாடோடியாக அவன் இருந்தாலும் அவனுக்கு ஒரு வீடும், குடும்பமும் - பல வீடுகள், பல குடும்பங்கள் - பாஹியாவிலும் செர்ஜிபியிலும் இருந்தன. அவனுடைய அழகுக்கும், அவனுடைய செல்வாக்கிற்கும் ஏன் இருக்கக்கூடாது? எவ்வளவு பெண்கள், ஆனால் உபால்டோவின் நெஞ்சம் விசுவாசமானது, நிலையானது என்பதால் அவன் எல்லோருக்கும் உண்மையாக இருந்தான். ஒரு பெண்ணிடம்கூட (பிராலுயாவைத் தவிர. ஆனால் பிராலுயா, கடவுளே...!)அவன் உறவை முறித்துக்கொண்டதில்லை. ஒரு பெண்ணையும் அனுப்பியதில்லை. அடுத்த பெண்களைப் பற்றி அந்தப் பெண்கள் கண்டுபிடித்தபோது தங்களை அவன் உபயோகப்படுத்திக் கொண்டு துரோகம் செய்துவிட்டான் என்று சத்தம்போட்டுச் சொல்லிக்கொண்டு தாங்களாகவே அவனை விட்டுச் சென்றார்கள். குடும்பத்தைவிட்டு வாரக்கணக்கில், மாதக்கணக்கில் வெளியே திரியும் கற்பனை நிறைந்த கவிஞனிடம் பிரம்மச்சரியத்தை எப்படி எதிர்பார்க்க முடியும் என்று எனக்குத் தெரியவில்லை. இத்தகைய திடீர் பிரிவுகளில் உபால்டோவுக்கு உடன்பாடில்லாததால், அவை எப்போதும் அவனைக் கவலையில் ஆழ்த்தின. எப்போது ஒரு பெண், அவனை விட்டுப் பிரிந்தாலும் உலகிலுள்ள ஒரே ஒரு பெண்ணை இழப்பதுபோல் அவன் உணர்வான். எவ்வளவுதான் வேறுபல பெண்கள் இருந்தாலும், ஒவ்வொருத்தியும் ஒரே ஒருத்திதான். இந்தப் புதிர் உங்களுக்குப் புரியவில்லையென்றால் உங்களுக்குக் காதலைப்பற்றி அதிகம் தெரியாது. உபால்டோ கபாடோசியோ, தன் பெண்களை வைத்துக் காப்பாற்றக்கூடியவன், உண்மையானவன், அவர்கள் சார்ந்து இருக்கக்கூடியவன், அவர்கள் எல்லோரையும் திருப்தி செய்யும் அளவுக்கும் அதற்குமேலும் திறமையும் கற்பனைவளமும் கொண்டவன் என்றெல்லாம் இருக்கும்போது, இப்படிப்பட்ட தொடர்ந்த நன்றிகெட்டத்தனத்திற்கும், அறிவில்லாத சுயநலத்திற்கும் என்னதான் காரணமாக இருக்கமுடியும்?

உண்மையில், சில பெண்கள் அவனைக் கைவிடவில்லை. அவன் எப்படி இருக்கிறானோ அப்படியே ஏற்றுக்கொண்டார்கள், அந்தக் காரணத்தால்தான் *பிரான்ஹர்ஸில் அந்த அற்புதம் நிகழ்ந்தபோது முப்பத்திரண்டு வயதாகிய உபால்டோ புகழ்பெற்ற புலவனாக, கதைப்பாடல் புனைபவனாக, பாடகனாக, அவனுக்குக் கிடைத்த சம்பாத்தியத்தில், மூன்று குடும்பங்களை வைத்துக் காப்பாற்றி வந்தான்.

அவனுடைய கன்செர்டினாவும், கிடாரும், கரகரப்பான குரலும், அவன் பாடல்களும் - அவை நல்ல பாடல்களா? இல்லையா? என்பது முக்கியமல்ல; கவிதையும்தான் அவனுடைய மூன்று

பெண்டாட்டிகளுக்கும் - ஒருத்திகூட சட்டரீதியாகக் கல்யாணம் செய்துகொண்டவள் இல்லை - ஒன்பது குழந்தைகளுக்கும் - (மூன்று குழந்தைகள் அவனுடையவை இல்லை) - உணவு அளித்தன.

இரண்டு குடும்பங்கள் மனைவி, குழந்தைகள் சகிதமாக மரபுமுறைப்படி அமைந்து இருந்தவை. மூன்றாவதில் இன்னும் குழந்தை பிறக்கவில்லை. புதிதாகச் சேர்த்துக்கொண்ட ரோஸ்க்ளருக்கு இன்னும் தேனிலவு தொடர்ந்ததால் கர்ப்பமாவதற்கும், குழந்தை பெற்றுக்கொள்வதற்கும் நேரம் வரவில்லை. மற்ற இருவருக்கும் செலவழித்ததைவிட மோதிரங்கள், காப்புகள், நெக்லஸ் இவற்றில், இவற்றை அதிகமாக விரும்பிய ரோஸ்க்ளருக்காக உபால்டோ செலவழித்தான். பதிலுக்கு ரோஸ்க்ளர், அவனுக்கு உணர்ச்சிமயமான அன்பை - தேனும் மிளகும் கலந்த கலவை - கொடுத்தாள்.

அப்போது கவிதைகளாலும், குழந்தைகளாலும் உபால்டோ நிரம்பி வழிந்துகொண்டிருந்தான். ஆனால் நாம் ஏற்கெனவே சொன்னதுபோல், அரை டஜன்தான் அவனுடைய ரத்தம். ரோமில்டாவுக்கு மூன்று, வால்டெலிஸிக்கு மூன்று. மூத்த பையன், அழகான முலாட்டோ பெண்ணான ரோமில்டா அராகாஜகாவில் கவுண்டருக்குப் பின்னால் இருந்த அவள் கணவனைப் பிரிந்து, தனிமையில் வாடும் நாடோடிச் சபைப் பாடகனின் கிடாரின் சோகம் நிரம்பிய ராகங்களைத் தொடர்ந்து செல்ல முடிவுசெய்தபோது, அவளுடன் வந்தவன். ஆமாம், அப்பாடகன் தனிமையாகவும், அநாதையாகவும் இருந்தான். ஏனெனில், ஒருவன் குறிப்பிட்ட ஒரு பெண்ணை விரும்பும்போது, அவளுக்காக அவன் கொண்டிருக்கும் ஏக்கத்தால் அவளை அவன் மனத்திலிருந்து அகற்றமுடியாதபோது, இரவும் பகலும் வேறுபல பெண்களுடன் விளையாடிக் கொண்டிருந்தாலும், அவன் தனிமையில்தான் இருப்பான்; அந்த ஒரு பாவிப் பெண்தான் அவனை சந்தோஷப்படுத்தி அவனுடைய தனிமைத்துயரைப் போக்கக்கூடிய துணையாக இருப்பாள். அவன் மிகவும் நொந்துபோயிருந்ததைப் பார்த்த ரோமில்டா, மனமிளகித் தன் சாமான்களை மூட்டை கட்டினாள். ஆனால் தன் கணவனை விட்டுப்போக அவளுக்கு விருப்பம் இருந்தாலும், தன் சிறிய மகனை விடமுடியாது என்று முதலிலேயே சொல்லிவிட்டாள். அவனிடமிருந்து அவளைப் பிரிக்கவே முடியாதாம். கையை நெஞ்சின்மேல் வைத்துக்கொண்டு, 'அவன் இனி என் மகன்' என்று நாடகப் பாணியில் உபால்டோ கூறினான். அவள் ஒரு குழந்தையோ, மூன்று குழந்தைகளோ, இல்லை, நாலோ கூட்டி வந்தாலும் அவனுக்குக் கவலையில்லை; ரோமில்டாவைப் படுக்கையில் கிடத்தவும், அவள் முலைகளைத் தொடவும், அவள் தொடைகளைத் தடவவும் அவனுக்கு இருந்த வெறியில் அவன்

லத்தீன் அமெரிக்கச் சிறுகதைகள்

எதைப் பற்றியும் கவலைப்படவில்லை. “உன் சின்னப் பையனைக் கூட்டிவா, உன் மருமானைக் கூட்டிவா, நீ விரும்பினால் உன் முழுக் குடும்பத்தையே கூட்டிவா.”

உபால்டோவும் வால்டெலிஸியும், “டாண்டே” என்று, புலவனின் பெயரிட்டு அழைத்த இரண்டாவது பையனை, அவனது அம்மா, ஆறுமாதக் குழந்தையாய்க் கடுமையான வயிற்றுப்போக்குடன் விட்டுவிட்டு இறந்தவுடன், தத்து எடுத்துக்கொண்டனர். பையனை அவனுடைய அப்பாவின் பொறுப்பில் விடுவது என்பது முடியாத விஷயம். திறமைவாய்ந்த கதை சொல்பவனும், இட்டுக் கட்டுவதில் சமர்த்தனும், குடிப் பந்தயத்தில் தன் ‘பார்’ தோழர்களைத் தோற்கடிக்கும் வல்லவனும் ஆன பெர்னார்டோ சபென்காவிற்குக் குழந்தை வளர்ப்பில் நாட்டம் இல்லை, அதுவும் குழந்தை வயிற்றுப் போக்கால் நாற்றமும் அடித்தால்.

‘கேவி’ என்ற ஒலிப்பிராணியின் அகோரப் பசியைக் கொண்டிருந்ததால் ‘கேவி’ என்று செல்லப் பெயரிட்டு அழைக்கப்பட்ட மூன்றாவது பையனைப் பொருத்தவரை, அவர்களுக்கு அவனைப் பற்றி ஒன்றும் தெரியாதபோதும் - பெற்றோர், வயது, பெயர் - உள்நாட்டுத் தெரு ஒன்றின் பக்கத்தில், அவ்வளவாக ஊட்டச்சத்து இல்லாத, ஆனால் மிக நல்ல சுவையுள்ள களிமண்ணைத் தின்றுகொண்டிருந்த அவனைச் சும்மா தூக்கிவந்தார்கள்.

கேவியின் அங்கங்களையும், பாவனைகளையும் அழகான முடி, நீலக் கண்கள், தொடக்கூடிய தூரத்தில் இருக்கும் எந்தப் பொருளையும் விரைந்து பிடித்துக்கொள்ளும் புத்திசாலி விரல்கள் - கூர்ந்து ஆராய்ந்த வால்டெலிஸி - அவள் ஒருவகையான அமெச்சூர் மனோதத்துவ நிபுணர் - பையனின் அப்பா ஒரு பிரபுத்தனமான நிலச்சுவான்தாரர், ஒரு டாக்டர் என்றும், கருப்புநிறம் அவனுடைய அம்மாவிடமிருந்து பெற்றது என்றும் முடிவு செய்தாள்.

உபால்டோவின் குடும்ப வாழ்க்கைபற்றி இன்னும் தகவல்கள் வேண்டுமென்று விரும்புபவர்களுக்கு, அவன் சிலசமயங்களில் செர்ஜிபி மாகாணத்திலுள்ள லாகாடேட்டோவில் வெண்ணிற ரோமில்டாவுடன் வசித்தான். வால்டெலிஸி - உபால்டோ வீடு பாஹியாவில், அமார்கோஸாவில், பாவானூஸ் சந்தில் இருந்தது. காதல் பசிகொண்ட இளம் ரோஸ்க்ளரும், பாஹியாவின் ஜேக்குயி பெருநகரின் புறநகர்ப்பகுதியில் வசிக்கிறாள். உபால்டோ கபாடோசியோ, “போய் வருகிறேன். விரைவில் சந்திப்போம்.” என்று மகிழ்ச்சியுடன், தன் மூன்று மனைவிகளையும் முத்தமிட்டுவிட்டு (இறந்துபோய்த் தனது சவ அடக்கத்திற்குப் போகும் மனிதனைத் தவிர யாரும் ‘குட்பை’ சொல்லக்கூடாது) எங்கு வாழ்க்கை மலிவானதாவும்,

கவிதை மதிப்புவாய்ந்ததாகவும் இருக்கிறதோ, எங்கு திறமைவாய்ந்த ஒரு பாடகன் கைதட்டல்களை அறுவடை செய்யவும், நல்ல பணம் சம்பாதிக்கவும், அவனுக்குப் போதுமான தைரியம் இருந்தால், ஏதாவது அழகான மாநிறப் பெண்ணின் படுக்கையைச் சூடுபடுத்தவும் முடிகிறதோ, அந்தப் புகழ்பெற்ற அலகோவாஸ் மாகாணத்திற்குப் பணம் சம்பாதிக்கப் புறப்பட்டுச் சென்றான்.

கரடுமுரடான அலகோவாஸின் உட்பிரதேசங்களில் உபால்டோ மேற்கொண்ட யாத்திரை அற்புதமாகச் சென்றுகொண்டிருந்தது. பார்ட்டிகளில், பொருட்காட்சிகளில், பெயர்சூட்டு விழாக்களில், ஏன், அராபிராகாவில் தலைமைப் பாதிரியாரின் மதக் கூட்டத்திலும் கூட, தன் கன்செர்டினாவுடன், கிடாருடன், பெட்டி நிறைய பாடத் தயாராயிருந்த கதைப் பாடல்களுடன், கைநிறையக் காசுகளை அறுவடை செய்தவண்ணம், இதயங்களை இடம் வலமாக உடைத்தபடி உபால்டோ கலந்துகொண்டான். சிறிது காலத்திற்குப்பிறகு சாவோ பிரான்ஸிஸ்கோ நதியை அடைந்த அவன், அதன் கரைகளின் ஓரமாகச் சென்று பிரான்ஹாஸை வந்தடைந்தான். நம் கதை நடந்த இடம் அதன் இயற்கை அழகுக்கும், அதன் காலனித்தனமான வீடுகளுக்கும், லாம்பியாவோவின் கூட்டத்தை எதிர்த்து நின்ற வீரத்துக்கும் - இவ்வீரம் அக்காலத்தின் பல கதைப்பாடல்களில் புகழ்ந்து பாடப்பட்டது - மிகவும் புகழ் வாய்ந்தது. உள்ளூர்ப் பெருமைக்கு மற்றொரு காரணம், நகர் தன் உடைக்கப்படாத கற்சுவர்களுக்கு உள்ளே, மேலே குறிப்பிடப்பட்ட கேப்டன் லிண்டோல்ஃபோ எஸ்குயிலையும், அவனது சட்டப்பூர்வ மனைவி சாபோவையும் வைத்துக் காப்பாற்றுகிறது என்ற உண்மைதான். சாபோவைப் பற்றி ஏற்கெனவே சொல்லியிருந்தாலும், அவளது நளினமான வடிவம், அவளின் நடனமாடும் நடை, வாழும் சரித்திரமான அவளது பிருஷ்டபாகம், அவள் கன்னங்களில் விழும் குழிகள், அந்தக் குட்டி தன் உதடுகளைக் கடித்து, ‘ஓ ஆமாம், எனக்கு ஆசையாக இருக்கிறது’ ‘செய்ய வேண்டும் என்று எனக்கு விருப்பம்’ என்று சொல்வதுபோல், அவற்றைச் சிவக்கவைப்பது, இத்யாதி, இத்யாதி அவளைப் பற்றி இன்னும் நிறையச் சொல்லத் தகுதி வாய்ந்தவை. சாபோ, ஒரு பெண்ணே அல்ல, பிரான்ஹாஸ் நகரில் திரியும் சாத்தானின் தூண்டுதலேதான். ஆனால் அதற்கு ஆட்படும் அசட்டுத்தைரியம்கொண்ட மனிதன் யார்? ஆமாம், பிரான்ஹாஸ் தைரியசாலிகளின், துணிச்சல்மிக்கவர்களின், அஞ்சாதவர்களின் இருப்பிடம்தான்- லாம்பியாவோவே அதற்குச் சாட்சி - ஆனால் லிண்டோல்ஃபோ எஸ்குயில் ஏற்கெனவே ஒரு கணிசமான எண்ணிக்கையில் தன் அக்கம்பக்கத்தாரை - சிலரைத் தனக்கும், செலவாளியான தன் மனைவிக்கும் வேண்டிய பணத்தைச் சம்பாதிப்பதற்காக, சக்தியுள்ள மனிதர்களின் ஆணைகளின்படியும் சிலரை, ஒழுக்கமான தன் சாபோவின்மீது அவர்கள்கொண்ட

நோக்கத்தை நம்பாததால் தன் சொந்தக் கணக்கிலும் - அடுத்த உலகிற்கு அனுப்பியிருந்தான். நீதி தவறாத, ஆனால் பொறாமை கொண்ட சாபோவின் கணவனின் மனத்தில் அவள் ஒரு பனி வெண்புறா.

நமது நாடோடிச் சபைப் பாடகன் உபால்டோ, பெண்கள் விஷயத்தில் ஏற்கெனவே பலமுறை சங்கடத்தில் மாட்டியிருக்கிறான். ஜன்னல்கள் வழியேயும், வேலிகளைத் தாண்டியும், சுவர்களைத் தாண்டியும் குதித்திருக்கிறான், புதர்களினூடே ஓடியிருக்கிறான். அடுத்தவர்களின் வீடுகளுக்குள் நுழைந்து உதவி கோரி அலறியிருக்கிறான். பராகுயாஸு நதியில் தலைகுப்புறப் பாய்ந்திருக்கிறான். ஒருசமயம், துப்பாக்கிக்குண்டு அவன் சட்டையை அழுக்காக்கியிருக்கிறது. ஆனால், அவனுடைய சக்திவாய்ந்த காப்பாற்றும் தேவதை சாங்கோ, அவனை அப்போது காப்பாற்றியது. உண்மையில், அவனைப் பழிவாங்க வந்தவன் ஒரு ராணுவ வீரன், குறிபார்த்துச் சுடும் வீரன் என்பதால் குண்டடிபடும் அபாயம் உபால்டோவுக்கு இருக்கவில்லை.

பிரான்ஹாஸை அடைந்த உடனேயே அவன் சாபோவின் படுக்கைக்குச் சென்றான். பாதிரியாலும், நீதிபதியாலும் உச்சரிக்கப்பட்ட சட்டபூர்வ கல்யாணக் கட்டளைகளின்படி, அது லிண்டோல்ஃபோ எஸ்குயிலுக்குச் சொந்தமானதாயிருந்தது. சட்டமன்ற உறுப்பினர் ஒருவருக்கு ஒரு சிறிய வேலையைச் செய்வதற்காக, கேப்டனும் அவன் படைகளும் தூரத்து நகர் ஒன்றுக்குத் தொழில்ரீதியாகப் பயணம் போயிருந்தார்கள். “யாரும் இல்லை. வரலாம்” தனக்குக் கிடைத்த சந்தர்ப்பத்தை முழுமையாகப் பயன்படுத்திக்கொள்ளத் துடித்த சிறிய சாபோ பாவம் மெதுவாக அழைத்தாள். சக பாடல் புனைபவன் ஒருவன் - அவன் வீட்டில்தான் உபால்டோ தங்கியிருந்தான் உபால்டோவை நன்கு எச்சரிக்காமல் இல்லை.

“விலகிப் போய்விடு, நண்பா. லிண்டோல்ஃபோவின் துப்பாக்கிக்குப் பலியானவர்களின் கணக்கு, இதுவரை முப்பதுக்குமேல். தொழில்ரீதியாகத் தன்னை வாடகைக்குவிட ஆரம்பிப்பதற்கு முன்னால் அவன் கொன்ற சிலபேரைக் கணக்கிலெடுக்காமல்.”

தான் கேட்டவற்றை உபால்டோ அதிகமாக நம்பவில்லை; அலகோவாஸ்காரர்களே கதை விடுபவர்கள் என்பது அவனுக்குத் தெரியும். தவிர, பெண்களுக்காக எந்த ஆபத்துகளையும் சந்திக்கலாம் என்பது அவன் எண்ணம்.

சாபோவின் வீட்டுவாசலை இரவில் கடந்துசென்ற அவன் பார்க்கப்பட்டான். மறுநாள் காலை சூரியன் வானில் உச்சிக்கு வந்தபோதும் அவன் அங்கேயே இருந்தான்; அன்பான அந்தப் பெண்ணுக்கு அவனை விடவே முடியவில்லை. அந்தக் கதைப்பாடல் புனைபவனோ தன் திறமைக்குத் தகுதியான பெண் துணை

கிடைக்கும்போது, தன் வீரியத்தையும், நெருப்பையும் மட்டுமல்லாது, தனது திறமையையும், பதமான வேலைப்பாடுகளையும் வெளிக்காட்டுவதில் விருப்பம்கொண்டவன். செக்ஸ் என்று வரும்போது, அவன் ஒன்றுமறியாத அப்பாவி அல்ல; ஐந்து நட்சத்திர விடுதிகளுக்கு அடிக்கடி செல்பவன், அதிலும் ஃபிரான்சு நாட்டைச் சேர்ந்த ஒருத்தி 'மேடம்'ஆக இருந்த இடத்தில், அவர்கள் சொல்லிக் கொடுத்ததையெல்லாம் கற்றுக்கொண்டவன். உபால்டோ காதல் செய்வதில் வல்லவன்.

வாரச்சந்தை உச்சத்தில் இருக்கும்போது, உபால்டோவும், சாபோவும் தங்களது அவசரமான, அன்பான, அதிமுக்கியமான பிரிவுபசாரத்தை நடத்திக்கொண்டிருந்தபோது - நேரம் கொஞ்சம் தான் இருக்கிறது என்று தெரிந்தும், தளர்ந்துபோய் இருந்த அவர்கள் அதை நீடிக்கச் செய்துகொண்டிருந்தனர். ஒருவரை ஒருவர் ஏற்கெனவே இழந்துவிட்டதுபோல் தோன்றியதால் பாசத்தோடு தயங்கினர். - ஏன் லிண்டால்ஃபோ எஸகுயில் இரட்டை வேகத்தில் திரும்பி, பிரான்ஹாஸுக்கு வந்துசேர்ந்தான் என்பது யாருக்கும் தெரியவில்லை. தன் துப்பாக்கியைச் சுழற்றியபடி, பெருமூச்சு விட்டுக்கொண்டு, பொதுமைதானத்தில் முதலில் காயடித்துவிட்டுப் பிறகு கொலை செய்யப்போவதாக அச்சுறுத்திக்கொண்டு அக் கொலைகாரன் வந்தான். ஆவலுடன் ஒரு கூட்டம் அவன் பின்னால் கூடியது. புனித வாரத்தின் ஊர்வலத்திற்குப் பிறகு பெரியகூட்டம் அதுதான்.

லிண்டால்ஃபோ, தன் வீட்டு வாசற்படியில் கால் வைத்தவுடன், சாபோ அவன் காலடிச் சத்தத்தை அறிந்துகொண்டாள்.

"அது என் கணவர்"" அவள், சிரித்தபடி சொன்னாள்.

எப்போதும் இம்மாதிரிச் சந்தர்ப்பங்களில் அவன் செய்வதுபோல, உபால்டோ உடனடியாகச் செயலில் இறங்கினான். தனது அம்மணத்தை மறைக்க ஏதாவது கிடைக்குமா என்று விரைவாகச் சுற்றுமுற்றும் பார்த்தான். அவன் காட்டிக்கொண்டு திரிபவனல்ல; பொது இடத்தில் கண்ணியமாக உடையணிந்திருப்பதை விரும்புபவன். அவனுடைய அவசரத்தில் சாபோவின் இளஞ்சிவப்பு நிறக் குழந்தை பொம்மை போட்ட நைட்டியின் மேலாடைதான் அவன் கண்களுக்குப்பட்டது. அதைத் தன் தலைவழியே இழுத்து விட்டுக்கொண்டான். அவன் உயரத்திற்கு, அந்த நளினமான உடை தொப்புள்வரை கூட எட்டவில்லை. ஆனால் வதந்தி பரப்பும் நாக்குகள் சொல்வதுபோல் அவன் அம்மணமாக இல்லை. துப்பாக்கியைச் சுழற்றியபடி அக் கொலைகாரன் அறைக்குள் பாய்ந்தபோது, அவன் ஜன்னல்வழியே வெளியே தாவிக் குதித்தான். கற்புள்ள மனைவியும் அப்பாவிப் பலியுமான சாபோ, தன்னை அந்தக் கதைப்பாடல் புனைபவன் மயக்க முயன்றதாகவும்,

கற்பழிக்க முயன்றதாகவும் குற்றம்சாட்டினாள். ஆனால் அவள் மிகுந்த துணிச்சலோடு எதிர்த்துப் போராடினாளாம். இப்போது பழிவாங்க வேண்டும் என்று அவள் அரற்றினாள்.

"கவலைப்படாதே, கண்ணே, அவன் கொட்டைகளைப் பிய்த்துவிட்டு அவனைத் தலையில். சுடப் போகிறேன். உன் நல்ல பெயருக்கு ஒரு களங்கமும் வராது."

சந்தைவழியே இரண்டு மனிதர்களும் அதிர்ந்து ஓடினர். நைட்டியில், ஆண்குறி முழுக்கத் தெரிய, சபிக்கப்பட்ட கொட்டைகள் காண்டாமணியின் நாக்கைப்போல் ஊசலாட, தப்பித்து ஓடும் பாடகன். அவனை நெருக்கமாகத் துரத்தியபடி, ஆயுதங்களோடு, கையில் ஒரு கெட்ட, கூர்மையான பன்றிகளைக் காயடிக்கும் கத்தியோடு கேப்டன். அவர்கள் பின்னால் ஆவல் மிக்க கூட்டம். இரவுக் களியாட்டத்தாலும், காலைப் பிரிவுபசாரத்தாலும் சோர்ந்துபோயிருந்த உபால்டோ தோற்றுக்கொண்டிருந்தான். கொலைகாரனும், அவனது கத்தியும் அவனை நெருங்கிக் கொண்டிருந்தபோது, தன் கொட்டைகளை ஒரு மரணக்குளிர் பற்றுவதை அவன் உணர்ந்தான்.

அவர்கள் ஓடிய வழியில் சரியாக நடுவில் பறவைகள் சந்தை இருந்தது. மரக்கூண்டுகள் ஒன்றின்மீது ஒன்றாக அடுக்கிவைக்கப்பட்டு, பாதையை மறைத்திருந்தன. தன்னுடைய வேகத்தாலும், பயத்தாலும் உபால்டோவால் அவற்றைத் தவிர்த்துச் சுற்றி ஓட முடியவில்லை. நேராகச் சென்று கூண்டுகளில் மோதி விழுந்தான். நூற்றுக்கணக்கில் பறவைகள் விடுதலை பெற்று சிறகடித்துப் பறந்தன. ஒரு நிமிடம் காற்று முழுவதும் பறவைகள்மயம் - புறாக்கள், பாடும் பறவைகள், ஓரியோஸ்புகள், கார்டினால்கள், மஞ்சள் பறவைகள், காதல் குருவிகள் - மறுநிமிடம் அவை உபால்டோவின் மெல்லிய நைட்டியைப் பிடித்து அவனைத் தூக்கியபடி, அவனுடன் பறந்து சென்றுவிட்டன. அவர்களுக்கு முன்னால், பனிரெண்டு சிவப்புக் கிளிகள், மேகங்களுக்கிடையில் பாதை ஒன்று தயார்செய்து, அந்த நாடோடிச் சபைப் பாடகனை அதன்வழியே காற்றில் பாடல் வரி மிதந்துசெல்வதுபோல் எளிதாக அழைத்துச்சென்றன.

மைதானத்தின் நடுவில் வேர்பிடித்து நின்றுவிட்ட லின்டால்ஃபோ எஸ்குயில், இன்று வரை அங்குதானிருக்கிறான். ஒரு மஹோன்னதமான மூங்கில் மரமாக அவன் மாறிவிட்டான். வடகிழக்கில் அதுதான் மிகப்பெரிய மூங்கில்மரம். கைவினைக் கலைஞர்கள், சீப்புகள், மோதிரங்கள், குடிக்கும் கோப்பைகள், இன்னும் பல்வேறு பொருட்கள் செய்யப் பயன்படுத்திய கச்சாப் பொருள் கிடைக்கும் தனிச்சிறப்பு வாய்ந்தது. இப்படியாக அந்த முன்னாள் கொலைகாரன், உண்மையில் மக்களுக்குப் பயன்படும் விதத்தில் மாற்றப்பட்டுவிட்டான். சாயோவைப்

பொருத்தவரை, அவள் இப்போது முழுச் சமூகத்துக்கும் சொந்தம். துரத்தலையும், அற்புதத்தையும் கவனமாகப் பார்த்த கர்னல் ஜார்டே ரமால்ஹோவின் நேரடிப் பாதுகாப்பின்கீழ் இருக்கிறாள்.

உபால்டோ கபாடோஸியோவை, பத்திரமாக இருக்கும் அவன் கொட்டைகளோடு, வீசும் காற்றில் தூக்கிக்கொண்டு அலகோவாஸைக் கடந்து பறவைகள் பறந்தன. செர்ஜிபி மாகாண எல்லையை அடைந்தபோது, அவை அவனை ஒரு கன்னியர்மடத்தில் இறக்கிவிட்டன. அங்கே, கன்னிகாஸ்திரிகள் அவனை ஒரு கேள்வியும் கேட்காமல் மரியாதையோடு வரவேற்றனர்.

தமிழில் - **விஜயகுமார்**

## க்ளாரிஸ் லிஸ்பெக்டர்

(CLARICE LISPECTOR)

உக்ரெய்ன் நாட்டு யூத இனப் பெற்றோருக்கு 1925ஆம் ஆண்டு பிறந்து, பிரேஸில் நாட்டில் வளர்ந்த பெண் எழுத்தாளர் க்ளாரிஸ் லிஸ்பெக்டர், சிறு பிராயத்திலிருந்தே வறுமையில் வாழ்ந்தார். நீண்டகாலம் பக்கவாதத்தால் அவதியுற்ற தாயார் இறந்தபின், 1937-ல் ரியோ டி ஜெனிரோவுக்குச் சென்றபொழுது க்ளாரிஸ், தான் ஒரு எழுத்தாளராக வேண்டும் என்று முடிவுசெய்தார். நாற்பதுகளில் ஹெர்மேன் ஹெஸே, காத்தரின் மேன்ஸ்ஃபீல்ட் ஆகியோரது படைப்புகளைக் கண்டுகொண்டார். அவரது முதல் நாவல் Near to the Wild Heart 1944-ல் பிரசுரமானது. 1961-ம் ஆண்டு லிஸ்பெக்டரின் படைப்புக்கள் எழுத்து நடையில் அற்புதமான நுணுக்கங்களும் தத்துவ முக்கியத்துவம் வாய்ந்தவையுமாகும் என்ற பெயரைப் பெற்றன. தன்னுடன் சட்டம் பயின்ற சகமாணவரை மணந்து இரண்டு குழந்தைகளுக்குத் தாயாகிய க்ளாரிஸ், 15 ஆண்டுகள் ஸ்விட்ஸர்லாந்து, இங்கிலாந்து, அமெரிக்கா ஆகிய நாடுகளில் வாழ்ந்தார். *1959*-ல் திருமணம் முறிவுற்றபின் மறுபடியும் தன் குழந்தைகளுடன் ரியோ டி ஜெனிரோவுக்கே திரும்பிவிட்டார். மறு வருடம். Family Ties என்ற சிறுகதைத் தொகுப்பை வெளியிட்டார். எழுத்துப்பணியில் கிடைத்த வருமானத்தை மட்டுமே சார்ந்து தன் இரு குழந்தைகளையும் வளர்த்து வாழ்க்கை நடத்தவேண்டிய நிர்ப்பந்தத்தில் வாழ்ந்ததுடன், மூத்த மகன் மனநோயால் பாதிக்கப் பட்டதும், அவருடைய சீரற்ற உடல்நலமும் க்ளாரிஸ்ஸின் வாழ்க்கையை மேலும் சிக்கலாக்கின. ஓராண்டு காலம் கேன்ஸர் நோயால் அவதியுற்று, பொது மருத்துவ மனையில் 1977ம் ஆண்டு உயிர்துறந்தார். க்ளாரிஸ் லிஸ்பெக்டர், போர்ச்சுகீஸ் மொழியில் மிகச்சிறந்த நவீன சிறுகதை எழுத்தாளராகக் கருதப்படுகிறார்.

## அன்பு
### (LOVE)

**வா**ங்கிய பொருட்கள் புதிய சணல் பையில் புடைக்க, சற்றே களைப்புடன் அன்னா டிராமில் ஏறினாள். பையைத் தன்னுடைய மடியில் வைத்துக்கொண்டாள். டிராம் புறப்பட்டது. இலேசான திருப்திப் பெருமூச்சுடன், இருக்கையில் நன்கு சாய்ந்து, வசதியாக உட்கார்ந்துகொள்ள முயன்றாள்.

அவளுக்கு அருமையான குழந்தைகள் இருக்கின்றனர் என்பதை அவள் நிச்சயத்துடனும் மகிழ்ச்சியுடனும் நினைத்துப் பார்த்தாள். அவர்கள் தாமாகவே குளித்துக் கொள்வதும், குறும்பு செய்வதுமாக வளர்ந்து வந்தனர். அவர்களுக்காக அவள் மென்மேலும் அதிக நேரம் செலவழிக்கவேண்டியதாயிற்று. சமையலறை என்னவோ விஸ்தாரமாகத்தான் இருந்தது - வெடிப்புச் சத்தமிடும் பழைய ஸ்டவ்வுடன். அவர்கள் இன்னும் தவணை கட்டிக் கொண்டிருந்த அபார்ட்மெண்டில் உஷ்ணம் தாங்கமுடியாததாக இருந்தது. அவளே தைத்துப்போட்டிருந்த ஜன்னல் திரைச்சீலைகளில் மோதி விளையாடிய காற்று, அவள் விரும்பினால் சற்றே நிதானித்து நெற்றியைத் துடைத்துக்கொண்டு அமைதி தவழும் அடிவானத்தை அவள் ரசிக்கலாம் என்பதை நினைவுபடுத்தியது, ஒரு விவசாயியைப் போல. தன் கைகளில் இருந்த விதைகளைத்தான் - அவற்றை மட்டுமே அவள் விதைத்திருந்தாள். அவை இப்போது மரங்களாக வளர்ந்துகொண்டிருந்தன. மின்சாரப் பணியாளருடன் அவளது உரையாடல்கள் வளர்ந்துகொண்டிருந்தன, தொட்டியில் நிரம்பும் தண்ணீரின் அளவு அதிகரித்துக்கொண்டிருந்தது, அவளுடைய குழந்தைகள் வளர்ந்துகொண்டிருந்தனர், சாப்பாட்டு மேஜையில் உணவுப் பதார்த்தங்கள் பெருகிக்கொண்டிருந்தன, கையில் செய்தித் தாள்களுடன், பசியுடன், புன்னகையுடன் அவள் கணவன் வந்து கொண்டிருக்கிறான், வேலைக்காரிகளின் எரிச்சலூட்டும் பாட்டுக்கள் கட்டடம் முழுக்க எதிரொலிக்கின்றன. அன்னா, அமைதியாக

தனது சிறிய, உறுதியான கரத்தை, அவளது உயிரோட்டத்தை அனைத்திலும் பதித்தாள். பிற்பகலில் சிலநேரங்கள் அவளுக்கு மிகவும் ஆபத்தானவையாகப்பட்டன. பிற்பகலில் குறிப்பிட்ட நேரத்தில் அவள் வளர்த்திருந்த மரங்கள் அவளைப் பார்த்துச் சிரித்தன. வேறு ஒன்றுக்கும் அவளது சக்தி தேவையில்லை என்றபோது அவள் பதட்டமடைந்தாள். இதற்கிடையில், எப்போதையும்விட அவள் மிகவும் திடமாக இருப்பதையும் அவள் உணர்ந்தாள். அவளது உடல் சற்றுப் பெருத்து வந்தது. துணியில் பெரிய கத்திரி பதிந்து வெட்ட, அவள் தன்னுடைய குழந்தைகளுக்கு சட்டை தயார்செய்யும் பாங்கைப் பார்க்க நன்றாக இருக்கும். சில காலங்களாக அவளது தெளிவற்ற கலைஆர்வம் அவளது நாட்களை முழுமையும் அழகும் பெறச்செய்வதில் ஈடுபடுத்தப்பட்டிருந்தது. அலங்காரத்தில் அவளுக்கிருந்த பிரியம் காலப்போக்கில் வளர்ந்து, அன்யோன்யமான ஒழுங்கின்மையை அகற்றியிருந்தது. எல்லாவற்றையும் முழுமையானவையாகச் செய்ய இயலும்; ஒவ்வொன்றையும் லயபூர்வமான தோற்றமுடையதாக்க முடியும்; மனிதனால் வாழ்க்கையையே உருவாக்க முடியும் என்பதை அவள் கண்டுகொண்டதுபோல் இருந்தது.

உள்ளூர, அன்னா, எப்போதும் அனைத்தின் உறுதியான வேர்களையும் உணர்ந்துகொள்ள வேண்டியது அவசியம் என்று கருதினாள். ஆச்சரியமாக, குடும்பம் என்ற அமைப்பு இதைச் சாத்தியமாக்கியது. மிகக் கடினமான பாதைகளைக் கடந்து, அவள் ஒரு பெண்ணின் விதியை அடைந்துவிட்டிருந்தாள். அவள் அதற்குள் உடன்பட்டிருக்கும்விதத்தைப் பார்த்தால் ஏதோ, அவளே அந்த விதியைக் கண்டுபிடித்ததுபோல் தோன்றும். அவள் மணம் செய்துகொண்டவன் நிஜ ஆண். அவளுடைய குழந்தைகள் நிஜக் குழந்தைகள். அவளது முந்தைய இளமை இப்போது அவளுக்கு அன்னியமாகப்பட்டது, வாழ்க்கையின் சுகவீனங்களில் ஒன்றைப் போல். வாழ்க்கையை மகிழ்ச்சி இன்றி வாழலாம் என்பதை அவள் மெள்ளமெள்ளக் கண்டுகொண்டாள். மகிழ்ச்சியை அழிப்பதின்மூலம், முன்பு பார்வைக்குப் புலப்படாத பெரும் மனிதக் கூட்டத்தை உழைப்பதுபோல் விடாமுயற்சியுடன், பிடிவாதத்துடன், திருப்தியுடன் வாழ்ந்தவர்களை - அவள் கண்டுகொண்டாள். தனக்கென்று ஒரு குடும்பத்தை சொந்தமாகக் கொள்ளும் முன் அன்னாவுக்கு நேர்ந்தது - தாங்கமுடியாத மகிழ்ச்சி என்று அவள் தவறாகக் கணித்த குழப்பம் தரும் உத்வேகம் - காலத்திற்கும் அவளது பிடிக்கு அப்பாற்பட்டு நின்றது. அதற்குப் பதிலாக இப்போது அவள் இறுதியாகப் புரிந்துகொள்ளக்கூடிய ஒன்றை உருவாக்கி இருந்தாள் - முதிர்ச்சியான வாழ்க்கையை. இதைத்தான் அவள் விரும்பித் தேர்ந்தெடுத்திருந்தாள்.

தற்போது பிற்பகல் வேளையின் அபாயகரமான சமயத்தில், வீடு ஆளரவமற்றிருக்கும்போது, யாருக்குமே அவள் தேவைப் படாதபோது, சூரியன் உச்சியை அடையும்போது, குடும்பத்தில் ஒவ்வொருவரும் தத்தம் கடமைகளைச் செய்துகொண்டிருக்கும் போது அவளது முன்ஜாக்கிரதை உணர்வுகள் விழிப்புணர்வாகக் குறைந்திருந்தன. மெருகேற்றப்பட்ட மேஜை, நாற்காலிகளைப் பார்க்கும்போது, இதயம் பயத்தால் சற்று சுருங்கிப்போவதை அவள் உணர்ந்தாள். ஆனால் அவளுடைய வாழ்க்கையில், பயங்களைப் பேணச் சந்தர்ப்பம் இல்லை. குடும்பப் பிரச்சினைகளிலிருந்து அவள் பெற்றிருந்த சாமர்த்தியம் தன்னுடைய பயங்களை மறைக்க உதவியது. பிறகு, அவள் யாருடைய கவனத்தையும் கவராதவிதத்தில் தன் வீட்டையும் குடும்பத்தையும் கவனித்துக் கொள்பவளாக, பொருட்கள் வாங்கவோ, எதையேனும் சரிசெய்து வரவோ கடைத் தெருவுக்குச் சென்றுவிடுவாள், அவள் வீடு திரும்பும்பொழுது மாலைநேரமாகி பள்ளியிலிருந்து திரும்பிவிட்ட குழந்தைகள் அவளது கவனத்தை ஈர்த்துக் கொள்வார்கள், தனது அமைதியான உத்வேகத்துடன் மாலைப்பொழுது சாயும்வரை காலையில், அமைதியான வீட்டுப் பணிகள் சூழ அவள் விழித்துக் கொள்வாள். மீண்டும் மேஜை நாற்காலிகளில் தூசி படிந்திருப்பதைக் காண்பாள் - ஏதோ வருத்தத்துடன் அது திரும்பிவிட்டதுபோல். அவளோ, மர்மமான முறையில் பூமியின் இருண்ட மென்மையான வேர்களின் ஒரு பகுதியாக இருந்தாள். முகமற்று வாழ்க்கைக்கு வளம் சேர்த்தாள். இவ்வாறிருப்பது ரம்மியமாக இருந்தது. இதைத்தான் அவள் விரும்பித் தேர்ந்தெடுத்திருந்தாள்.

டிராம், தண்டவாளங்களில் குலுங்கியபடி சென்று பிரதான சாலையினுள் திரும்பியது. திடீரென்று காற்றில் அதிகரித்த ஈரப்பசை பிற்பகல் வேளை கடந்துவிட்டது என்பதை மட்டும் இன்றி, அந்த நிச்சயமற்ற நேரம் முடிந்துவிட்டதையும் அறிவித்தது. அன்னா நிம்மதிப் பெருமூச்சுவிட்டாள். ஆழ்ந்த சம்மத உணர்வு அவள் முகத்திற்கு பெண்மைப் பொலிவூட்டியது.

டிராம், இழுத்தபடி சென்று திடீரென குலுக்கலுடன் நின்றுவிடும். அவள் ஹ்யுமேய்டா வரை இளைப்பாறலாம். டிராம் நிறுத்தத்தில் அசையாமல் நின்றிருந்த மனிதனை அவள் திடீரென்று பார்த்தாள். அவன் உண்மையிலேயே அசைவற்றிருந்ததே அவனுக்கும் பிறருக்குமிடையே இருந்த வித்தியாசம். அவன், தன் கைகளை முன்புறம் நீட்டிக்கொண்டு நின்றிருந்தான் - குருடன்.

ஆனால் அவனைப்பற்றிய வேறு எந்த விஷயம் அன்னாவை சந்தேகத்துடன் நிமிர்ந்து உட்காரச்செய்தது? அமைதியைக் குலைக்கும் ஏதோ ஒன்று நிகழ்ந்துகொண்டிருந்தது. பிறகு அது என்னவென்று அவள் கண்டுகொண்டாள்: பார்வையிழந்த அவன் சூயிங்கம்

சவைத்துக் கொண்டிருந்தான்... குருடன் சூயிங்கம் சவைக்கிறான். தன்னுடைய சகோதரர்கள் விருந்துக்கு வரவிருக்கிறார்கள் என்பதை ஒரு விநாடி எண்ணிப் பார்க்க அன்னாவுக்கு நேரம் இருந்தது - அவள் இதயம் படபடவென அடித்துக்கொண்டது. நம்முடைய பார்வைக்கு எதிர்ப்பார்வை பார்க்கும் திறனற்ற பொருளைப் பார்ப்பதைப்போல், முன்புறம் சாய்ந்து அவள் அந்தக் குருடனைக் கூர்ந்து கவனித்தாள். மங்கிக் கொண்டிருந்த வெளிச்சத்தில் சாவகாசமாக, திறந்த விழிகளுடன் அவன் சூயிங்கம் சவைத்துக்கொண்டிருந்தான். சவைக்கும்போது அவனுடைய முகஅசைவுகள் அவன் புன்னகை செய்வதும், அதைத் திடீரென நிறுத்துவதும், பிறகு மீண்டும் புன்னகைப்பதும், நிறுத்துவதுமான தோற்றத்தை அளித்தன. அவன் தன்னை அவமதித்துவிட்டதுபோல் அன்னா, அவனை முறைத்துப் பார்த்தாள். அவளை அப்போது யாராவது கவனித்திருந்தால், அவள் ஒரு வெறுப்பு நிறைந்த பெண் என்ற எண்ணத்தை ஏற்படுத்தியிருப்பாள். மேலும் முன்புறமாகச் சாய்ந்தபடி அவள் அவனைத் தொடர்ந்து முறைத்துப் பார்த்துக்கொண்டிருந்தாள் - டிராம் திடீரெனக் குலுங்கி, எதிர்பாராதவாறு அவளைப் பின்தள்ளும் வரை. கனத்த சணல் பை, அவள் மடியிலிருந்து கவிழ்ந்து தரையில் விழுந்தது. அன்னா அலற, என்ன நடக்கிறது என்பதை உணரும் முன்பே கண்டக்டர் வண்டியை நிறுத்துவதற்கான சமிக்ஞை காட்ட, டிராம் திடுமென நின்றுவிட்டது. பயணிகள் திகைப்புடன் பார்த்துக் கொண்டிருந்தனர். பையை எடுக்கக்கூடத் தோன்றாமல் செயலிழந்து, திடீரென வெளுத்த முகத்துடன் அன்னா நிமிர்ந்து உட்கார்ந்தாள். வெகுகாலமாக மறந்திருந்த ஒரு முகபாவம் மறுபடியும் விகாரமாகத் தோன்றியது - எதிர்பாராமல், விளக்க முடியாமல். செய்தித்தாள் விற்கும் நீக்ரோ பையன் அவளுடைய மூட்டையை அவளிடம் தந்தபடி முறுவலித்தான். செய்தித்தாளில் சுற்றப்பட்டிருந்த முட்டைகள் உடைந்திருந்தன. பிசுபிசுப்பான மஞ்சள் கரு பையின் இழைகளினூடே வழிந்தது. குருடன், சவைப்பதை நிறுத்திவிட்டு, காற்றில் கைகளைத் துழாவியபடி, அங்கு என்ன நிகழ்ந்தது என்பதை கிரகித்துக்கொள்ள வீண்முயற்சி செய்தான். சகபயணிகள் புன்னகைக்க, முட்டைகள் அடங்கிய பொட்டலத்தை அவள் சணல் பையிலிருந்து அகற்றினாள். கண்டக்டர் மறுபடியும் சமிக்ஞை செய்ய, டிராம் இன்னொரு குலுக்கலுடன் புறப்பட்டது.

சில கணங்களுக்குப்பிறகு யாரும் அவளைப் பார்க்கவில்லை. டிராம் கடகடவென்று சப்தமிட்டபடி தண்டவாளத்தில் ஓடிக் கொண்டிருந்தது. சூயிங்கம் சவைத்தபடி நின்ற குருடன் நிரந்தரமாகப் பின்தங்கிவிட்டான். ஆனால் பாதிப்பு ஏற்பட்டுவிட்டது.

சணல் பை இப்போது முரடாக இருந்ததாக அவள் விரல்கள் உணர்ந்தன. அவள் அதைப் பின்னியபோது இருந்ததுபோல்

மென்மையாக, பரிச்சயமானதாக அது இப்போது இல்லை. அந்தப் பை, அதன் அர்த்தத்தை இழந்துவிட்டிருந்தது; அவள் டிராமில் இருக்கநேர்ந்தது ஒரு அறுந்த நூல்; தன் மடிமீதிருந்த பொருட்களை என்ன செய்வது என்று அவளுக்குப் புரியவில்லை. ஏதோ விநோத சங்கீதம்போல, உலகம் மறுபடியும் அவளைச் சுற்றி இயங்கத் தொடங்கியது. பாதிப்பு நிகழ்ந்துவிட்டிருந்தது. ஆனால் ஏன்? உலகில் குருடர்கள் இருக்கிறார்கள் என்பதை அவள் மறந்து விட்டிருந்தாளா? இரக்கம் அவளைத் திணறச்செய்தது. அவள் சுவாசம் கனத்தது. அந்த நிகழ்ச்சிக்குமுன்பு இருந்தவை இப்போது விழிப்புணர்வுடன், மேலும் விரோதத்துடன், அழிந்துவிடக் கூடியவையாகக்கூட இருந்தன. உலகம் மறுபடியும் ஒரு பயங்கரக் கனவானது. பல வருடங்கள் விழுந்தன. மஞ்சள் கரு ஒழுகியது. தன்னுடைய காலத்திலிருந்து விடுபட்டவளாகப் பார்க்கும்பொழுது, தெருவில் இருந்த மக்கள் பலவீனமானவர்களாக இருள் பரப்பில் சமநிலையை ஓரளவு இழந்துவிட்டவர்களாக ஒருகணம் திசை தடுமாறியவர்களாகத் தோன்றினர். விதியற்ற நிலைபற்றிய அறிவுப்பூர்வமான உணர்வு சற்றும் எதிர்பாராமல் ஏற்பட்டவுடன் அன்னா அவளுக்கு முன்புறம் இருந்த இருக்கையை 'வெடுக்'கெனப் பற்றிக்கொண்டாள் - டிராமிலிருந்து விழுந்துவிடுவோமோ, எல்லாம் ஒழுங்காக இருந்தபோது எத்தகைய அமைதி நிலவியதோ, அதே அமைதியுடன் எல்லாமே தலைகீழாகக் கவிழ்ந்துவிடுமோ என்பது போல்.

அவள் ஆபத்து என்று கருதியது இறுதியில் வந்தேவிட்டது. ஆழ்ந்த இன்பத்துடன், வேதனையுடன், அதிர்ச்சியுடன் அவள் இப்போது அனைத்தையும் பார்த்துக் கொண்டிருக்கிறாள் என்பதே அதன் அறிகுறி. வெப்பம் மேலும் தாங்கமுடியாததாக, அனைத்தும் புதிய பலமும், மேலும் உறுதியான குரலுமுடையவையாயின. ரூ வாலண்டேரியோ த பத்ரியாவில் கிளர்ச்சி தோன்றுவது நிச்சயம் எனப்பட்டது. சாக்கடைகள் காய்ந்திருந்தன. காற்று தூசி படிந்ததாக இருந்தது. சூயிங்கம் சவைக்கும் குருடன் உலகை ஒரு மர்மமான பரபரப்பில் ஆழ்த்தியிருந்தான். பலசாலிகள் யாருக்கும் அந்தக் குருடன்மீது கருணை இல்லை; அவர்களது பலம் அவளைப் பயமுறுத்தியது. அருகில் நீல உடையணிந்து அமர்ந்திருந்த பெண்ணின் முகபாவம் அன்னாவை வேகமாக அவள் பார்வையைத் தவிர்க்கச் செய்தது. சாலையோர நடைபாதையில் ஒரு தாய், தன்னுடைய இளம்மகனை உலுக்கிக்கொண்டிருந்தாள். காதலர்கள் இருவர் கை கோர்த்தபடி புன்னகைத்தார்கள்... அந்தக் குருடன்? தான் இரக்க பாவத்தில் மூழ்கிவிட்டிருந்தது அன்னாவை வெகுவாகச் சங்கடப்படுத்தியது.

அவள் திறமையாக வாழ்க்கையைச் சாந்தப்படுத்தியிருந்தாள், கொந்தளிப்புகளைத் தவிர்க்க அவள் மிகுந்த கவனம் எடுத்துக்

கொண்டிருந்தாள். ஒவ்வொருவரையும் மற்றவர்களிடமிருந்து தனித்து நிற்கச்செய்து, ஒருவரை ஒருவர் புரிந்துகொள்ளும் சாந்தமான சூழ்நிலையை அவள் உருவாக்கியிருந்தாள். அவளுடைய உடைகள் நிச்சயமாக உபயோகத்திற்காக வடிவமைக்கப்பட்டிருந்தன; மாலைத் திரைப்படத்தை அவள் செய்தித்தாளிலிருந்து தேர்ந்தெடுக்கலாம் - ஒவ்வொருநாளும் முந்தைய நாளின் சுமுகமான தொடர்ச்சியாக உதவும்வகையில்தான் எல்லாக் காரியங்களும் செய்யப்பட்டன. சூயிங்கம் சவைக்கும் குருடன் இவற்றையெல்லாம் முறியடித்துக் கொண்டிருந்தான். வாழ்வு முழுவதும் வெறுப்பூட்டும் அருவருப்பு நிறைந்திருக்கும் உணர்வை தனது பரிவு அன்னாவுக்கு ஏற்படுத்தியது.

தான் இறங்கவேண்டிய இடத்தை எப்போதோ கடந்து வந்துவிட்டதை அன்னா அப்போதுதான் உணர்ந்தாள். தனது பலவீனமான நிலையில், எல்லாமே அவளுக்கு அச்சத்தைத் தந்தன. கால்கள் துவள, முட்டைக்கறை படிந்த பையை இறுகப் பற்றிக் கொண்டு டிராமிலிருந்து இறங்கி சுற்றும்முற்றும் பார்த்தாள். ஒரு கணம் அவளுக்கு ஒன்றுமே பிடிபடவில்லை. நடுஇரவில் தான் மூழ்கிவிட்டதுபோல் தோன்றியது.

உயரமான மஞ்சள் சுவர்கள்கொண்ட நீண்டசாலை அது. அவள் தன்னுடைய சுற்றுப்புறத்தை அடையாளம் காண முடியாமல் தவிக்க, அவள் இதயம் பயத்தால் அடித்துக் கொண்டது. அவள் கண்டுபிடித்திருந்த வாழ்வு தொடர்ந்து துடிக்க, சற்றே மென்மையான, மேலும் புதிரான காற்று அவள் முகத்தை வருடியது. அவள் மௌனமாக சுவரைக் கவனித்தபடி அமைதியாக நின்றாள். இறுதியில், அதை அடையாளம் கண்டுகொண்டாள். வேலியோர மாகச் சிறிதுதூரம் முன்னேறிச் சென்று, அவள் தாவரப் பூங்காவின் வாசலைக் கடந்து உள்ளே சென்றாள்.

இரு மருங்கிலும் பனைமரங்கள். மையப்பாதையில் களைப்புடன் மெல்ல நடந்தாள். தோட்டத்தில் யாரும் இருக்கவில்லை. அவள் தன்னுடைய சிறு மூட்டைகளைத் தரையில் போட்டுவிட்டு ஓரப் பாதையில் இருந்த பெஞ்சுமீது அமர்ந்து சிறிதுநேரம் அங்கேயே இருந்தாள்.

அந்த அமைதி, அவள் சுவாசத்தைச் சீராக்கி உணர்வுகளை சமனப்படுத்த, வெட்டவெளி அவளை சாந்தப்படுத்துவதுபோல் தோன்றியது.

மரங்களின் வரிசைகளுக்கிடையே இருந்த பாதையில் மாலைப் பொழுது முழுமையாக, தெளிவாக இருந்ததை தூரத்திலிருந்து அவள் பார்த்தாள். ஆனால் கிளைகளின் நிழல்கள் ஓரப்பாதையை மறைத்தன.

அவளைச்சுற்றி அமைதியான சப்தங்கள், மரங்களின் வாசனை, படரும் செடிகொடிகளின் தற்செயல் சந்திப்புகள். மென்மேலும் வேகமாகப் பறக்கும் மாலைப்பொழுதின் கணங்களால் தோட்டம் முழுவதும் துண்டுகளாகச் சிதறி நின்றது. அவளைச் சுற்றிலும் இருந்த தூக்கக்கலக்கம் எங்கிருந்து வந்தது, பறவைகளின், தேனீக்களின் ரீங்காரத்தால் தூண்டப்பட்டதுபோல். எல்லாமே வினோதமானவையாக, மிகவும் மென்மையானவையாக, மிகவும் உயர்வானவையாகத் தோன்றின.

ஒரு மென்மையான, பரிச்சயமான அசைவு அவளைத் திடுக்கிடச் செய்ததும் அவள் வேகமாகத் திரும்பிப் பார்த்தாள். ஏதும் அசைந்ததுபோல் தெரியவில்லை. ஆனால், மையப்பாதையில் ஒரு மிகப்பெரிய பூனை அசையாமல் நின்றிருந்தது. அதன் புசுபுசுவென்ற சருமம் மென்மையாக இருந்தது மற்றும் ஓர் அரவமற்ற அசைவுடன் அது மறைந்துவிட்டது.

பரபரப்புடன் அவள் சுற்றும்முற்றும் பார்த்தாள். கிளைகள் காற்றில் அசைந்தாட, அவற்றின் நிழல்கள் தரையில் அலைபாய்ந்தன. மண்ணில் ஒரு குருவி புரண்டது. பிறகு திடீரென்று, பீதியில், அவள் தான் ஒரு பொறியில் விழுந்துவிட்டதுபோல் கற்பனை செய்தாள். அந்தத் தோட்டத்தில் நிகழ்ந்துகொண்டிருக்கும் ஒரு ரகசிய நடவடிக்கையை அவள் புரிந்துகொள்ளத் தொடங்கினாள்.

மரங்களில் பழங்கள் கருப்பாகவும் தேனைப்போல் இனிமையாகவும் இருந்தன. தரையில் பல நெளிவுசுளிவுகளுடன் கிடந்த உலர்ந்த பழக்கொட்டைகள் சிறிய, அழுகிய பெருமூளைகள்போல் தோன்றின. பெஞ்சில் கருஞ்சிவப்புநிற பழக்கூழின் கறை படிந்திருந்தது. மென்மையான பிடிவாதத்துடன் நீரோடைகள் முணுமுணுத்தன. அடிமரங்களில் ஒட்டுண்ணிகள் தம் சொகுசான உணர்ச்சி அவயவங்களைப் பொருத்தியிருந்தன. கன்னி இயற்கை சாந்தமாக இருந்தது. அந்தக் கொலை ஆழமானது. ஆனால் அங்கு நினைக்கப்பட்டது சாவல்ல.

ஏராளமான தாலியா பூக்களும் டுலிப் மலர்களும் நிறைந்த அவ்வுலகம், கற்பனையானது மட்டுமல்ல; பற்களால் கடித்து விழுங்கக்கூடியதாகவும் இருந்தது.

மென்மையான அணைப்புடன், ஆதரவுக்காக அடிமரங்களில் ஒட்டுண்ணி இலைக்கொடிகள் படர்ந்திருந்தன. சரணடைவதற்கு முன்பு விளையும் எதிர்ப்புப்போல, அது வசீகரமாக இருந்தது. அந்தப் பெண் வெறுப்பாக உணர்ந்தாள்; அது கவர்ச்சியாக இருந்தது.

மரங்கள் முழுச்சுமையுடன் இருந்தன; உலகம் மிகச் செழுமையாக இருந்ததால் அழுகிக்கொண்டிருந்தது. உலகில் பல குழந்தைகளும்

பெரியவர்களும் பசியால் வாடுவதை எண்ணும்போது, தான் கருவுற்று, கைவிடப்பட்டதுபோன்ற குமட்டல் உணர்வு அன்னாவின் தொண்டையை அடைத்தது. அந்தத் தோட்டத்தின் நீதி வித்தியாசமானதாக இருந்தது. ராட்சதத்தனமான லில்லிப்பூக்கள் நீரில் மிதக்கும் அந்தக் கவர்ச்சிமிகுந்த உலகின் இருண்ட வாயிலில் அவள் நடுங்கி நின்றாள். அவ்வுலகிற்கு அவளை வழிகாட்டிச் சென்றவன் அந்தக் குருடன். புல் தரையின்மீது சிதறிக் கிடந்த சிறிய பூக்கள் மஞ்சளாகவோ, வெளிர் சிவப்பாகவோ இன்றி மட்டமான பொன் நிறமாகவும் ரத்தச் சிவப்பாகவும் காட்சியளித்தன. அவற்றின் அழுகல் நறுமணம் மிக்கதாகவும் இருந்தது. துன்புறுத்தும் இவற்றையெல்லாம் அவள் கவனித்துக்கொண்டிருந்தபோது, உலகின் வேறுஏதோ நுட்பமான தூய்மையான வாழ்வினால் செலுத்தப்பட்ட பூச்சிகளின் கூட்டம் அவள் தலையைச் சூழ்ந்தது. காற்று பூக்களிடையே ஊடுருவியது. அன்னா அதன் நறுமணத்தை உணர்ந்தாள் என்பதைவிட கற்பனை செய்துகொண்டாள். அந்தத் தோட்டத்தின் அழகு அவளுக்கு நரகம்பற்றிய பயத்தைத் தந்தது.

அப்போது ஏறக்குறைய இரவுநேரமாகிவிட்டதால் எல்லாம் முழுமையாகவும் கனத்தும் தோன்றின. அணில் ஒன்று இருளில் தாவியது. அன்னாவின் பாதங்களுக்கு அடியில் மண் பூமி மென்மையாக இருந்தது. அவள், அதன் மணத்தை மகிழ்ச்சியுடன் நுகர்ந்தாள். அது கவர்ச்சியாகவும் வெறுப்பைத் தருவதாகவும் இருந்தது.

அவளுக்குத் தன் குழந்தைகள் நினைவுக்கு வரவும் அவர்கள்முன்பு இப்போது தன்னை ஒரு குற்றவாளியாக எண்ணியபடி வேதனைக் குரலெழுப்பி நிமிர்ந்தாள். பையைப் பற்றிக்கொண்டு இருண்ட ஓரப்பாதையில் முன்னேறி, மரங்கள் நிறைந்த மையப் பாதையை அடைந்தாள். அவள் ஏறக்குறைய ஓடிக்கொண்டே தன்னைச் சுற்றிலும் இருந்த தோட்டம் அவளை விட்டுவிலகி அந்நியப்பட்டது போன்று தோற்றம் அளித்ததைக் கண்டாள். பூட்டப்பட்டிருந்த முரட்டு மரக்கதவுகளை உலுக்கினாள். உலுக்கிக்கொண்டேயிருந்தாள். அவளை எவ்வாறு கவனிக்காமல் விட்டோம் என்று வியந்தபடி காவலாள் வந்தான்.

கட்டடத்தின் நுழைவாயிலை அடையும்வரை அவள் அழிவின் விளிம்பில் இருந்ததுபோல் தோன்றினாள். சணல் பையுடன் லிஃப்ட்டுக்கு ஓடினாள். அவள் இதயம் அவள் நெஞ்சில் துடித்தது. என்ன நிகழ்ந்துகொண்டிருந்தது? அந்தக் குருடன்பால் அவள் கொண்டிருந்த பரிவு வேதனைபோல் உக்கிரமாக இருந்தது. ஆனால் உலகம் அழுக்கானதாக, அழுகக்கூடியதாக, அவளுடையதாகத் தோன்றியது. அவள் தன்னுடைய ஃபிளாட்டின் கதவைத் திறந்தாள். அறை பெரிதாக, சதுரமாக இருந்தது, மெருகேற்றப்பட்ட குமிழ்கள்

பளிச்சென்று மின்னின. ஜன்னல்கள் ஒளிர்ந்தன. விளக்கு பிரகாசமாக ஒளி சிந்தியது - என்ன புதிய உலகம் இது? இதுவரை அவள் வாழ்ந்த முழு வாழ்க்கை ஒரு கணம் அபத்தமாகத் தோன்றியது. அவளை அணைத்துக்கொள்ள ஓடிவந்த சிறுவன் நீண்ட கால்களும் அவளைப் போன்ற முகச்சாயலும் உடைய ஒரு ஜந்துவாக இருந்தான். அவள் ஆவலுடனும் பயத்துடனும் அவனைத் தன்னுடன் இறுகச் சேர்த்தாள். நடுங்கியபடி அவள் தன்னைக் காத்துக்கொண்டாள். வாழ்க்கை பலகினமாக இருந்தது. அவள் உலகை நேசித்தாள். படைக்கப்பட்ட அனைத்தையும் நேசித்தாள். ஏக்கத்துடன் நேசித்தாள். அவள், தன் மகனை, ஏறக்குறைய அவனைக் காயப்படுத்தும் அளவுக்கு இறுகத் தழுவிக்கொண்டாள். அவள் ஏதோ ஒரு தீமையைப்பற்றி கிட்டத்தட்ட அறிந்துகொண்டது போல் - அந்தக் குருடன் அல்லது அழகிய தாவரத் தோட்டம் - அவனை, அவள் எல்லாவற்றுக்கும் மேலாக நேசித்தவனை இறுக்கமாகப் பற்றிக்கொண்டாள். நம்பிக்கை என்னும் பூதம், அவளைத் தொட்டுவிட்டிருந்தது.

"வாழ்க்கை மிகவும் கொடியது" தாழ்ந்த குரலில், பசியால் வாடியதுபோல் அவள், அவனிடம் சொன்னாள். அவள் அந்தக் குருடனின் அழைப்புக்குப் பதில் அளிப்பதானால், என்ன செய்வாள்? அவள் தனியாகப் போவாள். ஏழ்மையான, பணக்கார இடங்களில் அவள் தேவைப்பட்டாள். அவளுக்கும் அவை தேவையாக இருந்தன. "எனக்கு பயமாக இருக்கிறது" என்றாள் அவள். குழந்தையின் மெல்லிய நெஞ்சுக்கூட்டு எலும்புகளை அவள், தன் கரங்களினூடே உணர்ந்தாள். குழந்தை பயத்தில் அழுவதை அவள் கேட்டாள்.

"அம்மா" குழந்தை அழைத்தான். அவள், அவனைத் தன்னை விட்டுச் சற்று விலகி நிற்கச்செய்தாள். அவன் முகத்தைக் கூர்ந்து நோக்கினாள். அவள் இதயம் சுருங்கியது.

"அம்மா உன்னை மறக்கும்படி செய்யாதே" என்றாள். அவளது அரவணைப்பு சற்று நெகிழ்வதை உணர்ந்த கணத்தில் குழந்தை தப்பித்து ஓடி, அறைக்கதவு வாயிலில் சென்று நின்றுகொண்டு, மேலும் பாதுகாப்பாக அவளைக் கவனித்தான். அவள் அத்தகைய மோசமான பார்வையை ஒருபோதும் பெற்றதில்லை. ரத்தம் சூடாகி அவள் கன்னங்களுள் பாய்ந்தது.

அவள் ஒரு நாற்காலியில் புதைந்துகொண்டாள், அவள் கைவிரல்கள் இன்னும் அந்தச் சணல் பையைப் பற்றியிருந்தன. தப்ப ஒரு வழியுமில்லை. அவள் அணைகட்டிப் பாதுகாத்த நாட்கள் உடைந்து தண்ணீர் தப்பிப் போக ஆரம்பித்திருந்தது. எதைக்குறித்து அவள் வெட்கப்படுகிறாள்? நிச்சயமாக, இனி அது பச்சாதாபமில்லை, அதைக் காட்டிலும்

அதிகப்படியானது: அவள் இதயம் 'வாழ வேண்டும்' என்ற மோசமான, தீவிரமான மனோதிடத்தால் நிறைந்திருந்தது.

தான், அந்தக் குருடனின் தரப்பா அல்லது கனத்த தாவரங்களின் தரப்பா என்பது, இப்போது அவளுக்குப் புரியவில்லை. அந்த மனிதன் சிறுகச்சிறுக நகர்ந்துபோக தன்னுடைய இம்சையில் அவள் அவனுடைய கண்களைக் குருடாக்கியவர்கள்பால் உந்தப்பட்டாள். அமைதியான, உயரமான தாவரத் தோட்டம் ஒரு உண்மையை வெளிக்காட்டுவதாக இருந்தது. அச்சுறுத்தும் அதிர்ச்சியுடன், தான் உலகின் வலிமையான பகுதியைச் சேர்ந்தவள் என்பதை அவள் அறிந்துகொண்டாள்; அந்த உக்கிரமான பரிவுக்கு என்ன பெயர் அளிப்பது? அவள் எப்போதுமே கன்னியகாஸ்திரியாக மாட்டாள் என்பதால், குஷ்டரோஹியை முத்தமிடக் கடமைப்பட்டிருப்பாளா? "ஒரு குருடன் என்னை, எனது மிக மோசமான பகுதிக்கு இழுத்துவிட்டான்" என்று, அவள் ஆச்சரியத்துடன் நினைத்துக் கொண்டாள். எந்த ஆண்டியும் அவளுடைய காந்தும் கரங்களிலிருந்து தண்ணீர் அருந்தமாட்டான் என்ற எண்ணம் அவளுக்குத் தான் ஒதுக்கப்பட்டவள் என்ற உணர்வைத் தந்தது. ஆ! ஒரு மனிதராக இருப்பதைக் காட்டிலும் புனிதராக இருப்பது சுலபமானது! கடவுளே! அப்படியானால், அவள் இதயத்தின் அடியாழத்தைத் தொட்டதாக அவள் உணர்ந்த அந்தப் பரிவு உண்மையானதில்லையா? ஆனால் அது ஒரு சிங்கத்தின் பச்சாதாபம்.

அந்தக் குருடன் இதைக் காட்டிலும் எளிமையான அன்பைத்தான் விரும்புவான் என்பதை அவள் அவமானத்துடன் உணர்ந்தாள். அது, ஏன் என்பதையும் நடுக்கத்துடன் அவள் உணர்ந்தாள். ஓநாயை நிலா வெளிச்சம் அழைப்பதுபோல் அவளை அந்தத் தாவரத் தோட்டத்தின் வாழ்வு வரவேற்றது. ஓ! ஆனால் அவள் அந்தக் குருடனை நேசித்தாள், அவள் எண்ணினாள், கண்களில் நீர் தளும்ப. மேலும் இதுபோன்ற உணர்வுகளுடன் ஒருவர் சர்ச்சுக்குப் போவதில்லை, 'நான் பயந்திருக்கிறேன்' அவள், அந்த அறையில் தனியாகக் கிசுகிசுத்தாள். எழுந்து இரவு உணவு தயாரிப்பதில் பணிப்பெண்ணுக்கு உதவுவதற்காக சமையலறைக்குச் சென்றாள்.

வாழ்க்கை, குளிர்காலத்துப் பனிபோல அவளை நடுங்கச் செய்தது. தூரத்தில் பள்ளியின் மணியோசை சீராக ஒலித்ததைக் கேட்டாள். ஸ்டவ்வுக்கு அடியில் தூசி இழைகளாகத் திரள்வதை, அங்கு ஒரு சிலந்தி இருந்ததை அவள் கண்டுபிடித்தது சிறிய பயங்கரம். தண்ணீர் மாற்ற பூஞ்ஜாடியை எடுத்தபோது பூக்கள் தொய்வுடன், ஏக்கத்துடன் அவள் கைகளில் சரணடைந்தது பயங்கரம். சமையலறையிலும் அதே ரகசிய நடவடிக்கை நிகழ்ந்துகொண்டிருந்தது. குப்பைக் கூடைக்கு

அருகே ஒரு எறும்பைத் தன் பாதத்தால் நசுக்கினாள். எறும்பின் சின்னக்கொலை. அதன் நுண்ணிய உடல் நடுங்கியது. குட்டையில் தேங்கியிருந்த தண்ணீர்மீது நீர்த்துளிகள் விழுந்தன.

கோடைக்கால குழவிகள். பேச்சற்ற குழவிகளின் பயங்கரம். எங்கெங்கும் அமைதியான, வேகமற்ற, வற்புறுத்தும் வாழ்க்கை இருந்தது. பயங்கரம், அதிபயங்கரம். அவள் சமையலறையில் மாமிசத்தை நறுக்குவதும், கிரீமைக் குழைப்பதுமாக இங்கும் அங்கும் நடந்தாள். கோடைக்காலத்து வெப்பமான மாலையில் ஈக்கள், அவள் தலையைச் சுற்றியும், விளக்கைச் சுற்றியும் வட்டமிட்டன. அந்த இரவில் பரிவு, பொய்யான அன்பைப்போல் கீழ்மையானதாக இருந்தது. அவள் முலைகளுக்கிடையில் வியர்வை வழிந்தது. நம்பிக்கை அவளை முறித்தது; ஸ்டவ்வின் வெப்பம் அவள் கண்களைக் கரித்தது.

பிறகு அவள் கணவன் வந்தான்; தொடர்ந்து அவளுடைய சகோதரர்கள் தங்கள் மனைவியருடனும், குழந்தைகளுடனும் வந்தனர்.

ஒன்பதாவது மாடியில் எல்லா ஜன்னல்களையும் திறந்து வைத்தபடி அவர்கள் உணவருந்தினார்கள். வெப்பம் மிகுந்த வானில் ஒரு விமானம் பயமுறுத்தியபடி சப்தமிட்டது. முட்டைகளைக் குறைவாகவே உபயோகப்படுத்தி இருந்தாலும் இரவு உணவு நன்றாக இருந்தது. அன்னாவின் குழந்தைகள், தங்கள் மாமாவின் குழந்தைகளுடன் கார்ப்பெட்மீது விளையாடியபடி வெகுநேரம் விழித்திருந்தனர். கோடைகாலமாகையால் அவர்களைச் சீக்கிரமாக உறங்கும்படி கட்டாயப்படுத்துவதில் அர்த்தம் இல்லை. அன்னா சற்றே வெளிறிய முகத்துடன் இருந்தாள். மற்றவர்களுடன் மென்மையாகச் சிரித்தாள்.

இரவு உணவுக்குப்பின் முதன்முறையாக குளிர்ந்த தென்றல் அந்த அறையினுள் பிரவேசித்தது. குடும்பத்தினர் அனைவரும் மேஜையைச் சுற்றி அமர்ந்திருந்தனர் - நாளைக் கழித்த சிறிது சோர்வுடன், மனஸ்தாபம் ஏதும் இன்றி சந்தோஷமாக, யாரும் யாரையும் குறை கூறாதிருக்க வேண்டும் என்ற கவனத்துடன். எல்லாவற்றுக்கும் பிரியத்துடன், மனிதத்தன்மையுடன் சிரித்தார்கள். வண்ணத்துப் பூச்சியைத் தப்பவிடாமல் விரல்களுக்கிடையில் பிடிப்பதுபோல் அன்னா, அந்தக் கணங்களைப் பற்றிக்கொண்டாள்.

பிறகு, அவர்கள் எல்லோரும் சென்றபிறகு, குழந்தைகள் தூங்கிய பிறகு, அவள் ஜன்னலுக்கு வெளியே பார்த்துக் கொண்டிருக்கும் ஒரு சாதாரணப் பெண். ஊர் உறங்கிக்கொண்டிருந்தது. வெப்பமாக இருந்தது. குருடன் அவிழ்த்துவிட்டிருந்த அனுபவம் அவளுடைய நாட்களை நிரப்புமா? அவள் மீண்டும் வளர இன்னும் எத்தனை ஆண்டுகள் பிடிக்கும்? அவள் சற்றே நகர்ந்தாலும் அவளுடைய குழந்தைகளில் ஒருவரை மிதித்துவிடக்கூடும். ஆனால் நேசிப்பவளின்

துர்விருப்பத்துடன், பூவிலிருந்து ஈ வெளியேறும் என்பதையும் ராட்சசத்தனமான தண்ணீர் லில்லிப்பூக்கள் ஏரியின் இருளில் மிதக்கும் என்பதையும் அவள் ஏற்றுக்கொண்டதுபோல் தோன்றியது. குருடன் தாவரப்பூங்காவின் பழங்களினூடே தொங்கிக் கொண்டிருந்தான்.

ஒருவேளை, ஸ்டவ் வெடித்து வீடெங்கும் தீ பரவிக் கொண்டிருக் கிறதோ என்று எண்ணியபடி சமையலறைக்கு ஓடிச் சென்றவள், சிந்திய காபிக்கு முன்பு அவள் கணவன் நிற்பதைக் கண்டாள்.

"என்ன ஆயிற்று?" தலை முதல் கால் வரை நடுங்கியபடி கூவினாள். மனைவியின் அதிர்ச்சியைக் கண்டு அவன் ஆச்சர்யப்பட்டான். பிறகு திடீரென்று புரிந்துகொண்டவனாகச் சிரித்தான்.

"ஒன்றுமில்லை" என்றான். "நான் ஒரு அஜாக்கிரதையான பயல், அவ்வளவுதான்." கண்களைச் சுற்றிக் கருவளையங்களுடன், அவன் சோர்வாகக் காணப்பட்டான்.

ஆனால் அன்னாவின் வினோதமான முகபாவத்தைக் கண்டு, அவளை மேலும் கவனமாகப் பார்த்தான். பிறகு சடாரென்று அவளைத் தன்னுடன் இழுத்துத் தழுவினான்.

"உங்களுக்கு எப்போதும் ஒன்றும் நேரக்கூடாது என்பதுதான் என் விருப்பம்!" என்றாள் அவள்.

"ஸ்டவ் அவ்வப்போது சிறிதாக வெடிப்பதை நீ தடுக்க முடியாது" என்றான் அவன், புன்னகைத்தபடி. அவள், அவன் கரங்களில் துவண்டிருந்தாள். இன்று பிற்பகல் அமைதியான ஏதோ ஒன்று வெடித்திருந்தது. வீட்டில் எல்லாமே சோகமாகவும் நகைச்சுவையாகவும் இருந்தன.

"தூங்க நேரம் ஆகிவிட்டது" என்றான் அவன். அவனுடையதல்லாத, ஆனால் இயல்பாகத் தோன்றிய செயலாக அவன், தன் மனைவியின் கையைப்பற்றி தன்னுடன் அழைத்துச் சென்றான், திரும்பிப் பாராமல், அவளை வாழ்வின் அபாயத்திலிருந்து அகற்றியபடி.

பரிவின் மயக்கம் தீர்ந்துவிட்டிருந்தது. அன்பையும் அதன் நரகத்தையும் கடந்த அவள், இப்போது, நிலைக்கண்ணாடிமுன் தலை சீவிக்கொண்டிருந்தாள், எந்த உலகமும் அந்தக் கணம் அவள் இதயத்தில் இல்லாமல். படுக்கையில் படுக்கும் முன், மெழுகுவர்த்தியை அணைப்பதுபோல், அன்றைய தினத்தின் சிறிய ஜ்வாலையை ஊதி அணைத்தாள்.

தமிழில்-லோகசுந்தரி

## மோவோசிர் ஸ்க்லியர்
(MOACYR SCLIAR)

ஐம்பத்தியைந்து வயது நிறைந்த மோவோசிர் ஸ்க்லியர், தெற்கு பிரேஸிலைச் சேர்ந்த எழுத்தாளர். இவர், பல சிறுகதைத் தொகுப்புகளும் நாவல்களும் வெளியிட்டுள்ளார். அவற்றில் The Centaur in the Garden என்ற நாவல் ஆங்கிலத்தில் மொழிபெயர்க்கப்பட்டுள்ளது.

பரபரப்பான வாழ்க்கை எப்போதும் தேவைப்பட்ட, போராட்டங்கள் நிறைந்த ஒரு நாட்டின் மக்கள், அமைதியான காலத்தில் எப்படி வாழமுடியும்? கற்பனைப் போர்களிலும், மனதிலேயே செய்யும் பிரயாணங்களிலும், பரபரப்பாக வாழ்ந்துகொண்டிருப்பதை படிப்பவர் துணுக்குறும்படி இக் கதை சொல்கிறது.

# அமைதியும் போரும்
(PEACE AND WAR)

போருக்கு நான் பிந்திவிட்டேன்; டாக்ஸியில்தான் போக வேண்டும். ஒரு நஷ்டம்: சமீபத்திய வாடகை உயர்வுக்குப்பின், இது ஒரு எதிர்பாராத, விரும்பத்தகாத செலவு; என் பட்ஜெட்டில் ஒரு அடி. இருந்தாலும் நான் சரியான நேரத்திற்கு வந்துவிட்டேன். அதன்மூலம் இன்னும் பெரிய பிரச்சினைகளைத் தவிர்த்து விட்டேன். நேரம் குறிக்கும் எந்திரத்தின் அருகே நீண்ட க்யூ. நான் மட்டும் தாமதமாக வரவில்லை; என் பதுங்குகுழித் தோழனான, வால்டரும் முணுமுணுத்தபடி இருந்தான். அவனும் டாக்ஸியில்தான் வரவேண்டியிருந்தது. அக்கம்பக்கத்து வீட்டுக்காரர்களான நாங்கள் யுத்தத்தில் ஒரே சமயத்தில்தான் சேர்ந்திருந்தோம். ஒவ்வொரு மாதமும் இரண்டாவது வியாழனன்று, தெரு முனையிலிருந்து பஸ் பிடித்து போர் நடவடிக்கைகளில் கலந்துகொள்வோம்.

“எனக்கு இந்த வேலை எரிச்சலாக இருக்கிறது” என்றான் வால்டர்.

“எனக்கும்தான்” நான் பதிலளித்தேன்.

பெருமூச்சு விட்டபடி, எங்கள் சீட்டுகளைக் காண்பித்துவிட்டு, தாற்காலிகமாக உடை மாற்றும் அறை நிறுவப்பட்டிருந்த (பதினைந்து வருடங்களுக்குமுன்) காரியாலயத்தை நோக்கி நடந்தோம்.

“இன்றைக்கும் தாமதமா?” உடை மாற்றும் அறையில் பொறுப்பிலிருந்த இளைஞன் கேட்டான்.

நாங்கள் பதில் சொல்லவில்லை. எங்கள் லாக்கர்களுக்குரிய சாவிகளை எடுத்துக்கொண்டோம். வேகமாக உடைகளைக் களைந்துவிட்டு எங்களுடைய பழைய யூனிஃபார்ம் உடைகளை அணிந்துகொண்டு துப்பாக்கிகளையும் குண்டுகளையும் (இருபது தோட்டாக்கள்) எடுத்துக்கொண்டு, முன்வரிசைக்கு முன்னேறிச் சென்றோம்.

போருக்குத் தேர்ந்தெடுக்கப்பட்டிருந்த இடம் நகருக்கு வெளியே இருந்த பரந்த வெட்டவெளி. ‘சண்டைக்களம் சுற்றிலும் முள் வேலியிட்டு மறைக்கப்பட்டிருந்தது. அதில், ‘போர், இங்கே வர வேண்டாம்’ என்று எழுதப்பட்ட பலகைகள் கம்புகளில் தொங்கின. அவசியமில்லாத எச்சரிக்கை. காட்டேஜுகளும் கோடைக்கால வீடுகளும் இருந்த அப்பகுதிக்கு ஒருவரும் வருவதில்லை.

சிப்பாய்களான நாங்கள், கிட்டத்தட்ட 2 கிலோமீட்டர் நீளமுடைய குழியில் இருந்தோம். எதிரி, நாங்கள் எப்போதும் பார்த்திராத ஒரு எதிரி, கிட்டத்தட்ட ஒரு கிலோமீட்டர் தூரத்தில் குழியில் இருந்தான். இரண்டு குழிகளுக்குமிடையே இருந்த மைதானத்தில் ஓட்டை, உடைசல் சாமான்கள் சிதறிக் கிடந்தன. உடைந்த கவச வண்டிகள், குதிரைகளின் எலும்புகளோடு குழம்பிக்கிடந்த டாங்கிகள், போர் தீவிரமாக இருந்த சமயத்தை நினைவூட்டும் சின்னங்கள். இப்போது போர், ஒரு மாற்றமில்லாத நிலையான காலத்தை எட்டியிருந்தது - எங்கள் கமாண்டரின் வார்த்தைகளில், தாக்குப் பிடிக்கும் செயல்பாடு. சண்டைகள் இப்போது நடப்பதில்லை. குழியை விட்டு வரக்கூடாது என்பதுதான் அவர்கள் இப்போது எங்களுக்குக் கூறும் ஒரே புத்திமதி. எனக்கு இது ஒரு பிரச்சினை: என் இளையமகன் ஒரு காலித் தோட்டா கேட்டிருந்தான். அதை என்னால் எடுக்க முடியவில்லை. பையன் திரும்பத்திரும்ப அதைக் கேட்டான்; என்னால் ஒன்றும் செய்ய முடியவில்லை.

வால்டரும் நானும் குழிக்குள் இறங்கிச் சென்றோம். அப்படி யொன்றும் சௌகரியக் குறைச்சலான இடமில்லை அது. எங்களுக்கு மேஜைகளும் நாற்காலிகளும், ஒரு சிறிய அடுப்பும், சமையல் பாத்திரங்களும் சொல்லப்போனால் ஒரு ரிக்கார்ட் பிளேயரும், ஒரு சிறிய டி.வி.யும்கூட இருந்தன. ஒரு சுற்று சீட்டு விளையாடலாம் என்று நான் யோசனை கூறினேன்.

“சற்றுக் கழித்து...” அவன் சொன்னான். சுருங்கிய நெற்றியுடன் எரிச்சலுடன் அவன், தன் துப்பாக்கியைச் சோதனை செய்து கொண்டிருந்தான்.

“இந்தப் பைத்தியக்காரத் துப்பாக்கி இப்போது வேலை செய்வதேயில்லை” அவன் அறிவித்தான்.

“சரிதான்” நான் சொன்னேன்: “அதற்கு வயது பதினைந்துக்குமேல் ஆகிறது. அது கொடுக்கவேண்டிய எல்லாவற்றையும் ஏற்கனவே கொடுத்தாகிவிட்டது.” நான் அவனிடம் என் துப்பாக்கியைத் தந்தேன். அந்தக் கணத்தில் ஒரு வெடிச்சத்தமும், எங்கள் தலைகளுக்குமேல் குண்டு ஒன்று பறந்துசெல்லும் சத்தமும், எங்களுக்குக் கேட்டன.

“ரொம்ப பக்கத்தில்” நான் சொன்னேன்.

“முட்டாள்கள்” வால்டர் முனகினான். “சீக்கிரத்தில் யாரையாவது காயப்படுத்தப் போகிறார்கள்.” என் துப்பாக்கியை வாங்கி, எழுந்து நின்று, ஆகாயத்தை நோக்கி இருமுறை சுட்டான்.

“இது உங்களுக்கு ஒரு எச்சரிக்கையாக இருக்கட்டும்.” அவன் கத்தினான். மீண்டும் உட்கார்ந்தான். ஒரு ஏவலாள் கையில் கம்பியில்லாத தொலைபேசியோடு வந்தான்.

“மிஸ்டர் வால்டர், உங்கள் மனைவி.”

“அவளை சாத்தான் கொண்டுபோக!” அவன் கூவினான். “இங்கேகூட என்னை அமைதியாக இருக்க அவள் விடமாட்டாள்.” தொலைபேசியைக் கையில் எடுத்தான்.

“ஹலோ! ஆமாம், நான்தான். நன்றாக இருக்கிறேன். நன்றாகத்தான் இருக்கிறேன். இல்லை, எனக்கு ஒன்றும் நேரவில்லை. நான் ஏற்கனவே சொல்லியபடி நான் நன்றாக இருக்கிறேன். நீ பயப்படுவாய் என்று எனக்குத் தெரியும். ஆனால் அதற்கு அவசியமில்லை. எல்லாம் சரியாக இருக்கின்றன. நான் நன்றாகப் போர்த்திக் கொண்டிருக்கிறேன். மழை பெய்யவில்லை. உனக்குக் கேட்கிறதா? எல்லாம் நன்றாக இருக்கின்றன. மன்னிப்பெல்லாம் கேட்கவேண்டிய அவசியமில்லை. எனக்குப் புரிகிறது. பை, பை.”

“சரியான அறுவை அந்தப் பொம்பளை” தொலைபேசியை ஏவலாளிடம் திருப்பிக் கொடுத்தபடி அவன் சொன்னான். நான் ஒன்றும் சொல்லவில்லை. எனக்கும் என் மனைவியிடம் ஒரு பிரச்சினை இருந்தது, ஆனால் வேறுவிதமான ஒன்று: நாங்கள் போரில் இருப்பதாக அவள் நம்பவில்லை. நான், நாள் முழுவதும் ஒரு ஹோட்டலில் கழிக்கிறேன் என்று அவள் சந்தேகித்தாள். இது எந்தமாதிரியான யுத்தம் என்று அவளுக்கு விளக்கிச்சொல்ல எனக்கும் விருப்பம்தான். ஆனால் உண்மையைச் சொன்னால் எனக்கே அது தெரியாது. யாருக்கும் தெரியாது. இது மிகக் குழப்பமான ஒன்று, நிலைமையை ஆராய ஒரு கமிஷன் நிறுவப்படும் அளவுக்கு. கமிஷனின் தலைவர் எங்களைப் பார்க்க அவ்வப்போது வருவார். சோதனை செய்வதற்குச் செல்வதற்கென்று அவருக்குக் கொடுக்கப்பட்டுள்ள காரைப் பற்றி புகார் சொல்வார். அவரைப் பொருத்தவரை, அது ஒரு கிழட்டு லொடலொட. சிக்கனத்தைக் காரணம் காட்டி அதை மாற்ற அவர்கள் மறுத்துவிட்டார்கள்.

யுத்த முனையில் அன்று எல்லாம் அமைதியாக இருந்தன. எங்களில் ஒருவன் ஒருமுறை சுட்டான். அந்தப் பக்கத்தில் இருந்தவர்கள்

பதிலுக்குச் சுட்டார்கள். அவ்வளவுதான். நண்பகலில் அவர்கள் சாப்பாடு போட்டார்கள். கீரை சாலட், பொறிக்கப்பட்ட இறைச்சி, கிரேக்க அரிசி சாதம், இறுதியில் சுவையில்லாத புட்டிங்.

"நாளுக்கு நாள் இது மோசமாகிக்கொண்டேயிருக்கிறது." வால்டர் புகார் சொன்னான். "அவனுக்கு என்ன ஒரு ஹோட்டலில் இருப்பதாக நினைப்போ." என்று, ஏவலாள் அவனைக் கேட்டான். வால்டர் பதில் சொல்லவில்லை.

பிற்பகல் உறக்கத்திற்காக நாங்கள் படுத்தோம். அமைதியாகத் தூங்கினோம். விழித்தபோது, இரவாகத் தொடங்கியிருந்தது.

"நான் இப்போது கிளம்பலாம் என்று நினைக்கிறேன்" நான் வால்டரிடம் சொன்னேன். அவன் என்னுடன் வரமுடியாது. அன்று அவனுக்கு இரவு வேலை. நான் உடை மாற்றும் அறைக்குச் சென்று உடைகளை மாற்றிக்கொண்டேன்.

"சண்டை எப்படியிருந்தது?" அந்தக் குறும்புக்கார இளைஞன் கேட்டான்.

"ஜோர்." நான் பதில் சொன்னேன். "ரொம்ப ஜோர்."

கசப்பான முகம்கொண்ட மேலதிகாரியிடமிருந்து என் சம்பளத்தை வாங்குவதற்காக காரியாலயத்திற்குச் சென்றேன். ரசீது மூன்று பிரதிகளிலும் கையெழுத்திட்டேன். நிறைய நேரம் இருக்கும்போதே, பஸ் ஸ்டாப்பை அடைந்துவிட்டேன்.

வீட்டில், என் மனைவி பிரயாண உடையில் எனக்காகக் காத்திருந்தாள். வறண்ட குரலில், "நான் தயார்" என்றாள் அவள். நான் படுக்கையறைக்குச் சென்று என் பிரயாண உடையை அணிந்துகொண்டேன். நாங்கள் படிப்பறைக்குச் சென்று நின்றபடி சுழலும் எங்கள் சைக்கிள்களில் ஏறி அமர்ந்தோம்.

"நாம் எங்கிருந்தோம்?" நான் கேட்டேன்.

"எப்போதும் உனக்கு அது தெரிவதில்லை," அவள் பதில் சொன்னாள். வரைபடத்தைக் குனிந்து எடுத்து, ஒரு நிமிடம் அதை ஆராய்ந்துவிட்டு, அவள் சொன்னாள்:

"ஏட்ரியாடிக் கடற்கரையில் உள்ள பைசெக்ளியில்."

நாங்கள் அசுரவேகத்தில் மிதிக்கத் தொடங்கினோம். இரண்டு மணி நேரம் கழித்து, நாங்கள் நிறுத்தியபோது, இன்னும் ஏட்ரியாடிக் கடற்கரையில், மோல்பீட்டாவிற்கு அருகில் இருந்தோம். ஒரு வருடத்திற்குள் இத்தாலியை முடித்துவிடவேண்டும் என்பது எங்கள்

விருப்பம். அதன்பிறகு... அப்புறம் பார்க்கலாம். நீண்டகாலத் திட்டங்கள் போடுவது எனக்குப் பிடிக்காது; யுத்தம் காரணமாகத்தான். ஆனால் வருங்காலத்தை தெரியாததாக வைத்திருப்பது, ஒரு நிரந்தர பரபரப்பிற்குக் காரணமாக இருக்கும் என்பது அதைவிடப் பெரிய காரணம்.

தமிழில்- விஜயகுமார்

# சிலி (CHILE)

## இஸபெல் அலன்டே (Isabel Allende)

1942-ல், சிலியில் பிறந்த இஸபெல் அலன்டே என்ற பெண் எழுத்தாளர், தன்னுடைய முதல் நாவல் The House of the Spirits (1985) வெளியானதும், அகில உலகப் புகழ் பெற்றார். இந்த வெற்றியைத் தொடர்ந்து Of Love and Shadows (1987) வெளியாகியது. Eva Luna என்ற மூன்றாம் நாவல் 1989-ம் ஆண்டு வெளியிடப்பட்டது. அவர் வெனிஸூலாவில் இருக்கிறார்.

இக்கதையில் வரும் சிக்கலான உச்சக்கட்டம், நிஜ வாழ்க்கையில் அபூர்வமாகவே காணக் கிடைப்பது. ஆனால் அதை மிக உண்மையானதாக, தெளிவாக, நம்பும்படி தந்திருப்பது அலன்டேயின் சாதனை. அனுபவம்சார்ந்து எழுதப்பட்ட இச் சிறுகதையின் அடர்த்தியும் சிக்கல்களும், நாவல் ஒன்றைப் படித்த அனுபவத்தையும் திருப்தியையும் நமக்குத் தருகின்றன.

# நீதிபதியின் மனைவி
## (THE JUDGE'S WIFE)

ஒரு பெண்ணால்தான் அவன் 'தலை போகப்போகிறது' என்று நிக்கோலஸ் விடாலுக்கு எப்போதும் தெரியும். அவன் பிறந்த அன்று அப்படித்தான் குறி சொல்லப்பட்டது; பின்னால் காப்பிக் களத்தில் ஒரே ஒருமுறை அவன் கையைப் பார்த்து ஜோசியம் சொல்ல அவன் அனுமதித்த மூலைக்கடை துருக்கியப் பெண்ணும் அதை உறுதிசெய்தாள். ஆனாலும் அது நீதிபதி ஹிடால்கோவின் மனைவி காசில்தாவால்தான் என்று அவன் சிறிதும் கற்பனை செய்யவில்லை. அவன், அவளை முதன்முதலில் பார்த்தது அவளுடைய திருமண நாளில். கருப்பு முடியுடைய, வெட்கமற்ற பெண்களை விரும்பிய அவனை அவள் கவரவில்லை. தன்னுடைய திருமண கவுனில் தேவதைபோல், ஆச்சரியத்தால் மலர்ந்த விழிகளுடன், ஆண்களுக்குச் சந்தோஷம்தரும் கலையில் அனுபவமில்லை என்பது வெளிப்படையாகத் தெரிந்த விரல்களுடன் இருந்த அந்தச் சிறுமி அவனுக்கு அசிங்கமாகவே தெரிந்தாள். தன் விதியைப் பற்றிய நினைவுடன் இருந்த அவன், பெண்களுடன் எவ்வித உணர்வுபூர்வமான தொடர்பையும் எப்போதும் தவிர்த்தான். அவன் ஆண்மைக்குத் திருப்தி தேவைப்பட்ட சமயங்களில் இதயத்தைக் கல்லாக்கிக் கொண்டு அவர்களுடன் மிகச் சொற்பமான தொடர்பே கொண்டான்.

எனினும் காசில்தா அவ்வளவு முக்கியமில்லாதவளாக, எட்டி இருப்பவளாகத் தோன்றியதால் அவன் தன் முன்ஜாக்கிரதையையெல்லாம் உதறிவிட்டு, விதிவகுத்த அந்தக் கணத்தில், அவனுடைய எல்லா முடிவுகளையும் வழக்கமாக நிர்ணயம்செய்த அந்த ஜோசியத்தை மறந்துவிட்டான். அவனுடைய இரண்டு தோழர்களுடன், வங்கியின் கூரையில் பதுங்கியிருந்த நிக்கோலஸ் விடால் குனிந்து, தலைநகரிலிருந்து வந்த அந்த இளம்பெண்ணைப் பார்த்தான். அவளைப்போலவே வெளிறியிருந்த, மென்மையான ஒரு டஜன் உறவுக்காரர்கள் அவளுடன் இருந்தனர். மிகுந்த குழப்பத்தில்

ஆழ்ந்திருப்பவர்கள்போல் தோன்றிய அவர்கள் விழா நேரம் முழுவதும் தங்களுக்கு விசிறி விட்டுக்கொண்டிருந்துவிட்டு, முடிந்த உடன் திரும்பிவரும் எண்ணமே இல்லாது புறப்பட்டுச் சென்றார்கள். நகரில் இருந்த மற்றவர்களைப்போலவே விடாலும் அந்த இளம் மணப்பெண் இந்த வெப்பத்தைத் தாங்கமாட்டாள் என்றும் இன்னும் சில மாதங்களிலேயே அவளுடைய இறுதிச்சடங்கிற்காக மீண்டும் அவளை, கிழவிகள் அலங்கரிப்பார்கள் என்றும் உறுதியாக நம்பினான். ஒவ்வொரு மயிர்க்காலிலும் புகுந்து ஆன்மாவில் குடியேறிய இந்த வெப்பத்துக்கும் தூசிக்கும் அவள் தப்பித்தாலும், அவளுடைய உறுதியான பிரம்மச்சாரி கணவனின் குறைகூறும் பழக்கங்களுக்குப் பலியாவது நிச்சயம். அவளைப்போல் இரு மடங்கு வயதாகிய நீதிபதி ஹிடால்கோ, பல வருடங்களாகத் தனியாக உறங்கியதில், ஒரு பெண்ணை சந்தோஷப்படுத்தும் வழிகள் பற்றி ஒரு குறிப்பும் அறியாதவராக இருந்தார். நீதியைக்கூட மறுத்து, சட்டத்தை அவர் நிலைநிறுத்திய கடுமையும், பிடிவாதமும், மாகாணம் முழுவதும் அவர்மீது அச்சத்தை ஏற்படுத்தியிருந்தன. தன் தொழிலில் எவ்விதப் பொது அறிவையும் பயன்படுத்த மறுத்த அவர், கோழித் திருட்டையும், திட்டமிட்ட கொலையையும் ஒரே மாதிரியான கடுமையுடன்தான் கண்டித்தார். முறைப்படி கருப்பு உடையணியும் அவருடைய பூட்ஸ்கள், கடவுளால் கைவிடப்பட்ட இந்நகரில் எல்லாவற்றிலும் ஊடுருவும் தூசியையும் மீறி, எப்போதும் மெழுகேறிப் பளபளத்தன.

அவரைப் போன்ற ஒரு ஆண் ஒருபோதும் கணவராவதற்காகப் பிறந்தவரல்ல. இருப்பினும் கல்யாண தின கெட்ட ஜோசியங்கள் நிறைவேறாதது மட்டுமல்ல; காசில்தா அடுத்தடுத்து மூன்றுமுறை கர்ப்பமாகி, மகிழ்ச்சியுடனும் புன்னகையுடனும் அவற்றிலிருந்து மீண்டாள். தன்னுடைய ஸ்பானிய தொப்பிக்குக்கீழே நமது இரக்கமற்ற கோடையால் தீண்டப்படாதவள்போல், குளிர்ச்சியாகவும் நிதானத்துடனும் அவள் வந்த நாளில் இருந்தது போல் வெளிறிய மெல்லிய தோற்றத்துடன் ஒவ்வொரு ஞாயிற்றுக் கிழமையன்றும் நண்பகலில், தன் கணவரோடு சர்ச்சுக்குப் போவாள். அவள் பேசும் மிகச் சத்தமான வார்த்தைகள், மென்மையாகச் சொல்லப்பட்ட வந்தனங்கள்தான். நளினமாகத் தலையை ஆட்டுவதுதான், அவளது மிக உணர்ச்சிபூர்வமான அசைவு. ஒரு கணக் கவனக்குறைவு அவள் முழுவதும் மறைந்துபோகக் காரணமாகலாம் என்பதுபோன்ற மெல்லிய, தட்டையான உருவம் அவளுக்கு. அவள் ஏற்படுத்திய பாதிப்பு மிகக் குறைவாக இருந்ததால், நீதிபதியிடம் தெரியத் தொடங்கியிருந்த மாறுதல்கள் மிகவும் வியப்புக்குரியதாக இருந்தன. வெளிப்பார்வைக்கு அவர் முன்போலவே இருந்தாலும் இன்னும் காக்கைபோல கறுப்பு நிறத்தில்தான் உடையணிந்தார். எப்போதும்போல் விறைப்பாகவும்

கடுகடுப்பாகவும்தான் இருந்தார். கோர்ட்டில் அவர் தீர்ப்புகள் அதிசயிக்கத்தக்க மாறுதல்களை அடைந்தன. துருக்கியக் கடைக்காரியிடம் கொள்ளையடித்த வாலிபனை, அவனை அவள் நெடுங்காலமாக குறைந்த எடை போட்டு ஏமாற்றியதற்கு அவன் அவளிடம் திருடிய பணம் நஷ்டஈடு என்று எடுத்துக்கொண்டு, நிரபராதி என்று எல்லோரும் வியக்கும்வண்ணம் தீர்ப்பளித்தார். கணவன் ஒரு வைப்பாட்டி வைத்திருந்ததால், மனைவிடம் விசுவாசத்தை எதிர்பார்க்கும் உரிமையை அவன் இழந்துவிட்டான் என்ற காரணத்தால், நடத்தை கெட்ட ஒரு மனைவியைத் தண்டிக்க மறுத்தார். தன் வீட்டு வாசற்படியைத் தாண்டி உள்ளே நுழைந்த கணத்தில் நீதிபதி மாறிவிடுவார் என்று ஊர்முழுக்கப் பேச்சு. தன் இருண்ட உடையைத் தூக்கி எறிவார். தன் குழந்தைகளுடன் விளையாடுவார், காசில்தாவை மடியில் உட்காரவைத்துச் சிரிப்பார். இந்த வதந்திகளை உறுதிப்படுத்துவதில் யாரும் எப்போதும் வெற்றி பெறவில்லையென்றாலும், அவரிடம் புதிதாகத் தெரிந்த அன்புக்கு அவர் மனைவியே காரணம் என்ற எண்ணத்தால் அதற்கேற்றார்போல் அவளுடைய மதிப்பு கூடியது. இவை எல்லாம் நிக்கோலஸ் விடாலுக்குக் கொஞ்சம்கூட ஆர்வமில்லாத விஷயங்கள். தேடப்பட்டுவரும் ஆள் என்பதால், சங்கிலியால் பிணைக்கப்பட்டு நீதிபதியின்முன் நிறுத்தப்படும் நாளில் அவனுக்குக் கருணை காட்டப்படமாட்டாது என்பது நிச்சயம். டோனா காசில்தார் பற்றிய வதந்திகளுக்கு அவன் செவிசாய்க்கவில்லை. தூரத்திலிருந்து அவளைப் பார்க்கநேர்ந்த அபூர்வமான சந்தர்ப்பங்களில், அவளைப் பற்றி அவனுக்கு முதலில் ஏற்பட்ட உயிரில்லாத ஆவி என்ற உணர்வுதான் அவனுக்கு உறுதிப்பட்டது.

நகரின் ஒரே விபச்சார விடுதியில், ஜன்னலே இல்லாத ஒரு அறையில், முப்பது வருடங்களுக்குமுன், அநாதை யுவானாவுக்கும், முகமறியா அப்பாவிற்கும் மகனாக விடால் பிறந்தான். உலகில் அவனுக்கு இடமில்லை. இதை அறிந்திருந்த அவன் அம்மா, மரக் குச்சிகள், மெழுகுவர்த்தித் துண்டுகள், பீச்சாங்குழல்கள் போன்ற பல முரட்டுத்தனமான கருச்சிதைவுக் கருவிகளின் உதவியோடு, அவனைக் கருவிலிருந்து பிடுங்கி எறிய முயன்றாள். ஆனால் குழந்தை உயிரைவிட மறுத்தது. பல வருடங்களுக்குப்பின் ஒருசமயம், தன் மர்ம மகனைப் பார்த்துக்கொண்டிருந்தபோது, அவளுடைய தப்பாத கர்ப்பச்சிதைவு வழிகள் அவனை அழிக்கத் தவறியிருந்தாலும், அவனுடைய ஆன்மாவை இரும்புபோல் உறுதியாக்கியிருந்தன என்பதை யுவானா உணர்ந்தாள். அவன் இந்த உலகிற்கு வந்தவுடன், அவனை உயரே தூக்கிப்பிடித்த செவிலித்தாய் எண்ணை விளக்கொளியில் பரிசோதனை செய்தாள். அவனுக்கு நான்கு மார்புக் காம்புகள் இருப்பதைப் பார்த்தாள்.

“அடப் பரிதாப ஜன்மமே! இவன் ஒரு பெண்ணால் தலையை இழக்கப்போகிறான்” நிறைந்த தன் அனுபவ அறிவிலிருந்து அவள் குறி சொன்னாள்.

ஒரு உடல் ஊனம்போல் அவள் வார்த்தைகள் பையனிடம் தங்கின. ஒரு பெண்ணின் அன்பு ஒருவேளை, அவன் வாழ்க்கையின் இழிவைக் குறைத்திருக்கலாம். பிறப்பதற்குமுன்பே அவனைக் கொல்ல அவள் செய்த முயற்சிகளுக்குப் பரிகாரம் தேடுவதுபோல், அவன் அம்மா அவனுக்கு அழகான ஒரு முதல் பெயரையும், மனம் போனபடி பொறுக்கி எடுத்த கௌரவமான குடும்பப் பெயரையும் தேர்ந்தெடுத்தாள். ஆனால் நிக்கோலஸ் விடால் என்ற உன்னதப் பெயர், அவனது விதியின் விபரீத விளைவிலிருந்து அவனைக் காப்பாற்றவில்லை. வாலிப வயதை அடைவதற்குமுன்பே கத்திச் சண்டைகளில் தழும்புகள் ஏறிய முகத்தை அடைந்த அவன் ஒரு கொள்ளைக்காரனாக மாறியது கண்ணியமான மக்களுக்கு ஆச்சரியமாக இருக்கவில்லை. இருபது வயதில் சட்டவிரோதிகளின் கும்பல் ஒன்றுக்கு அவன் தலைவனாகிவிட்டான். கொடூரத்தின் பழக்கம் அவன் தசைகளுக்கு முறுக்கேற்றியது. பெண்ணொருத்திக்கு இரையாவோம் என்ற பயத்தால் அவனுக்கு விதிக்கப்பட்ட தனிமை அவன் முகத்திற்கு வருத்தம்தோய்ந்த தோற்றத்தை அளித்தது. அவனைப் பார்த்த உடனேயே, அவன் ஒருபோதும் கீழே சிந்த அனுமதிக்காத கண்ணீரால் மேகம் படர்ந்த அவனுடைய விழிகளிலிருந்து நகரில் எல்லோரும் அவன் அநாதை யுவானாவின் மகன் என்பதை அறிந்தனர். அந்தப் பிரதேசத்தில் ஏதாவது குற்றம் நடைபெற்று, கூக்குரல் எழும்போதெல்லாம், அவனைப் பிடிக்க நாய்களுடன் போலீஸ் புறப்படுவார்கள். ஆனால் மலைகளைச் சலித்துவிட்டு பெரும்பாலும் வெறுங்கையுடன் திரும்புவார்கள். உண்மையில், அவர்கள் அதைத்தான் விரும்பினார்கள். ஏனெனில் அவனோடு ஒருநாளும் அவர்கள் சண்டை போட்டிருக்க முடியாது: அவன் கூட்டம் பெற்றிருந்த பயங்கர மதிப்பால், சுற்றியிருந்த கிராமங்களும் தோட்டங்களும் அவர்கள் நெருங்காமலிருக்கப் பணம் கொடுத்தன. அவன் கூட்டத்திற்கு அந்தப் பணமே ஏராளம் என்றாலும், அவர்கள் சண்டையின். ருசியை இழந்துவிடக்கூடாது என்பதற்காக நிக்கோலஸ் விடால், எப்போதும் அவர்களைக் குதிரைகளின்மேல் சாவுக்கும் அழிவுக்கும் (சூறாவளிப் பயணம் செய்யவைத்தான். அவர்களை எதிர்க்கும் துணிவு யாருக்கும் இல்லை. பலமுறை நீதிபதி ஹிடால்கோ, போலீஸுக்குத் துணையாக ராணுவத்தை அனுப்புமாறு அரசாங்கத்தைக் கேட்டிருந்தார். ஆனால் பல உபயோகமற்ற படையெடுப்புகளுக்குப்பின் சிப்பாய்கள் இருப்பிடங்களுக்குத் திரும்பினார்கள். நிக்கோலஸ் விடாலின் கூட்டம் மீண்டும் சாகசங்களில் ஈடுபட்டது. ஒரே ஒரு சந்தர்ப்பத்தில்தான் நிக்கோலஸ் விடால், நீதியின் கரங்களில் மாட்டும்

நிலைக்கு நெருக்கத்தில் வந்தான். ஆனால் அப்போது அவனது இரும்பு இதயம் அவனைக் காப்பாற்றியது.

சட்டங்கள் தவிடுபொடியாவதைப் பார்த்து அலுப்படைந்த நீதிபதி மிடால்கோ, தன் நேர்மையான வழிகளை மறந்து அந்தச் சட்டவிரோதிக்கு ஒரு பொறிவைக்க முடிவுசெய்தார். நீதியைக் காப்பாற்றத்தான் ஒரு அநீதி இழைப்பதை அவர் உணர்ந்தாலும், இரண்டு கெடுதல்களில் குறைந்ததைத் தேர்ந்தெடுத்தார். விடாலின் ஒரே தெரிந்த உறவுக்காரியான அநாதை யுவானாதான் அவரால் கண்டுபிடிக்க முடிந்த ஒரே தூண்டில். இப்போது, அவளுடைய தீர்ந்துபோன கவர்ச்சிகளுக்குப் பணம் கொடுக்க ஒரு வாடிக்கையாளரும் விரும்பாததால், விபச்சார விடுதியில் தரைகளை மெழுகி, கழிப்பறைகளைக் கழுவிக்கொண்டிருந்த அவளை இழுத்துவரச் செய்தார். பிளாசா தி ஆர்மா திடலின் நடுவில் வைக்கப்பட்ட, விசேஷமாகச் செய்யப்பட்ட ஒரு கூண்டில் அவள் தேவைகளைச் சமாளிக்க ஒரேஒரு கூஜா தண்ணீருடன் அவளைச் சிறைவைத்தார்.

“தண்ணீர் காலியானவுடன் அவள் கத்த ஆரம்பிப்பாள். அப்போது அவள் பிள்ளை ஓடிவருவான். நான் அவனுக்காகச் சிப்பாய்களுடன் காத்திருப்பேன்” நீதிபதி ஹிடால்கோ சொன்னார்.

அடிமை வியாபார நாட்களுக்குப்பிறகு கேள்விப்பட்டிராத இந்தச் சித்ரவதையைப் பற்றிய செய்தி, அவன் அம்மா கடைசிவாய் தண்ணீரைக் குடிப்பதற்குச் சற்றுமுன் நிக்கோலஸ் விடாலை எட்டியது. அவனது ஒற்றை ஓநாய் முகத்தின் வெறுமையில் எவ்வித சிறு உணர்ச்சிப்பொறியும் தட்டாது, ஒரு தோல் பட்டையில் அவனது கத்தியைக் கூர்மை செய்துகொண்டிருந்ததைக்கூட நிறுத்தாது, அமைதியாக அவன் அந்தச் செய்தியைக் கேட்டதை அவன் ஆட்கள் பார்த்தனர். பல வருடங்களாக யுவானாவோடு, அவனுக்கு எவ்விதத் தொடர்போ, சின்னவயதின் சந்தோஷ நினைவுகளோ அவனுக்கு இல்லாமலிருந்தாலும், இது ஒரு கௌரவப் பிரச்சினை. இப்படிப்பட்ட அவமானத்தை எந்த மனிதனும் ஒத்துக்கொள்ள முடியாது. இப்படிச் சிந்தித்த அவனுடைய ஆட்கள், பொறிக்குள் பாய்ந்துசெல்லவும் வேண்டுமானால் தங்கள் உயிர்களைவிடவும் குதிரைகளையும், துப்பாக்கிகளையும் தயார் செய்தனர். தலைவனோ அவசரத்தில் இருப்பதற்கான அறிகுறி எதையும் காட்டவில்லை. நேரம் செல்லச்செல்ல கூடாரத்தில் பரபரப்பு அதிகமாகியது. வேர்வை ஒழுகும் பொறுமையற்ற ஆட்கள் பேசுவதற்குத் தைரியம் இல்லாமல் ஒருவரை ஒருவர் வெறித்துப் பார்த்துக்கொண்டிருந்தனர். வெறுப்புடன் துப்பாக்கிகளின் பிடிகளையும், அவர்களின் குதிரைகளின் பிடரிகளையும் தடவிக்கொடுத்துக்கொண்டோ, எறியும் கயிற்றை சுருட்டிக்கொண்டோ மும்முரமாக இருந்தனர்.

இரவு வந்தது. நிக்கோலஸ் விடால் ஒருவன்தான் தூங்கியவன். கூடாரத்திலிருந்தவர்களுக்கிடையில் விடியற்காலையில் இரு கருத்துகள் உலவின. சிலர் அவர்கள் எப்போதும் கற்பனை செய்திருந்ததைவிட அவன் இதயமற்றவன் என்று எண்ணினார்கள். மற்றவர்கள், தங்கள் தலைவன் தன் அம்மாவை விடுவிக்க மாபெரும் திட்டம் ஒன்றைத் தீட்டிக்கொண்டிருப்பதாக நம்பினார்கள். அவர்கள் யாருக்குமே எப்போதும் தோன்றாத ஒரு விஷயம், அவன் தைரியத்தை இழந்திருக்கலாம் என்பது. ஏனெனில் அவனுக்கு அளவுக்கு அதிகமாகவே அது இருப்பதை அவன் எப்போதும் நிரூபித்திருக்கிறான். நடுப்பகலுக்குப்பின் அவர்களால் அந்த மர்மத்தைத் தாங்க முடியவில்லையாதலால், அவன் என்ன திட்டம் வைத்திருக்கிறான் என்று அவனிடமே சென்று கேட்டனர்.

“நான் ஒரு முட்டாளைப்போல் அவன் வைத்த பொறியில் விழப் போவதில்லை.” என்றான் அவன்.

“உன் அம்மாவின் நிலை என்ன?”

“யாருக்கு அதிக தைரியம் என்று பார்க்கலாம். நீதிபதிக்கா, எனக்கா?” நிக்கோலஸ் விடால் அமைதியாய் பதிலளித்தான்.

மூன்றாவது நாள் முடிவில் அநாதை யுவானாவின் தண்ணீர் கேட்கும் ஓலங்கள் ஓய்ந்தன. கூண்டின் தரையில், மலங்க வெறித்த கண்களும், வீங்கிய உதடுகளுமாய், தன்னினைவு வந்தபோதெல்லாம் மெல்லியதாக முனகியபடியும் மற்ற சமயங்களில் நரகத்தில் இருப்பதாகக் கனவு கண்டுகொண்டும், சுருண்டு கிடந்தாள். அவளுக்கு யாரும் தண்ணீர் கொண்டுவராமல் பார்த்துக்கொள்ள நான்கு ஆயுதம்தாங்கிய காவலர்கள் காவலிருந்தனர். மூடிய ஜன்னல்திரைகளில் வடிந்தும், கதவுகளில் இருந்த கீறல்களில் காற்றுடன் நுழைந்தும், அவளுடைய ஓலங்கள் நகர் முழுவதும் ஊடுருவின. மூலைகளில் மாட்டிக்கொண்ட அவற்றைப்பற்றி நாய்கள் கவலைப்பட்டன. தங்கள் ஊளைகளின்மூலம் புதிதாகப் பிறந்த குழந்தைக்கும் அவற்றை கொண்டுசேர்த்தனர். இப்படியாக, கேட்ட அனைவரையுமே பெரும் துயரத்தில் அவை ஆழ்த்தின. அந்த வயதான பெண்ணுக்குத் தங்கள் அனுதாபத்தை தெரிவிக்கத் திடலில் திரளான மக்கள் நீண்ட வரிசையில் தொடர்ந்து செல்வதை நீதிபதியால் தடுக்க முடியவில்லை. சுரங்கத் தொழிலாளர்களின் இரு வார விடுமுறைக்காலம் ஆரம்பிக்கும் சமயத்தில் விபசாரிகள் அனுதாப வேலைநிறுத்தம் ஆரம்பித்ததைத் தடுக்கும் சக்தியும் அவருக்கு இல்லை. நகரில், கூண்டுநிற்கும் காட்சியும், வாய்வழியே நதிக்கரையிலிருந்து கடற்கரைச் சாலை வரை தூக்கிச் செல்லப்பட்டு எங்கும் பரவிநின்ற இந்த ஓலமும் தவிர, எதுவும் அவர்கள் கண்களுக்குப் புலப்படாததால், ஆசை நிரம்பிய தொழிலாளர்கள் தங்கள் சேமிப்பை செலவழிக்கத் தவித்தபடி, அந்த சனிக்கிழமை தெருக்களில் நிறைந்திருந்தனர்.

பாதிரியார் கத்தோலிக்கப் பெண்கள் குழு ஒன்றுக்குத் தலைமைதாங்கி நீதிபதி ஹிடால்கோவிடம் சென்று, இரக்கம் கொள்ளும்படியும், அந்த வயதான, பரிதாபமான, அப்பாவியான பெண்ணை இப்படிப்பட்ட பயந்தரும் சாவிலிருந்து விடுவிக்கும்படியும் கெஞ்சினார். ஆனால், அந்த சட்டத்தின் காவலர் கதவைச் சாத்திக்கொண்டு அவர்கள் சொல்வதைக் கேட்க மறுத்தார். அதற்குப் பிறகுதான் அவர்கள் டோனா காசில்தாவிடம் செல்ல முடிவுசெய்தார்கள்.

குளிர்ச்சியான தனது வரவேற்பறையில் அவர்களை நீதிபதியின் மனைவி வரவேற்றாள். எப்போதும்போல் நாணத்துடன் தரையைப் பார்த்துக்கொண்டு அவர்களுடைய வேண்டுகோள்களைக் கேட்டாள். நிக்கோலஸ் விடால், தன் பொறியில் சிக்குவதற்காகக் காத்துக்கொண்டிருந்த அவள் கணவர் வீட்டிற்கு வராமல் தனது அலுவலகத்திலேயே கதவைச் சாத்திக்கொண்டு மூன்று நாட்களாக இருந்தார். யுவானாவின் நீண்ட வேதனை அவள் வீட்டின் பரந்த அறைகளில்கூட வலிந்து புகுந்திருந்ததால், ஜன்னல் வழியாகப் பார்க்கவேண்டிய அவசியம்கூட இல்லாமலே, என்ன நடக்கிறது என்பது அவளுக்குத் தெரிந்திருந்தது. வந்தவர்கள் போகிறவரை காத்திருந்த டோனா காசில்தார், குழந்தைகளுக்கு மிக நல்ல ஞாயிற்றுக்கிழமை உடைகளைப் போட்டு, துக்கத்துக்கு அடையாளமாக அவர்கள் கைகளைச் சுற்றி கறுப்பு ரிப்பன்களைக் கட்டி, அவர்களுடன் வெளியேறி திடலிருந்த திசைநோக்கி நடந்தாள். அநாதை யுவானாவுக்காக ஒரு சாப்பாட்டுக் கூடையும், ஒரு பாட்டில் நல்ல தண்ணீரும் அவள் வைத்திருந்தாள். மூலை திரும்பிய அவளைப் பார்த்துவிட்ட காவலர்களுக்கு, அவள் எதற்காக வருகிறாள் என்பது புரிந்தது. ஆனாலும் அவர்களுக்கு கடுமையான கட்டளைகள் இருந்ததால், தங்கள் துப்பாக்கிகளைக் கொண்டு அவள் வழியை மறித்தனர். அப்போது ஒரு சிறுகூட்டம் பார்த்துக் கொண்டிருக்கும்போது, அவள் பிடிவாதம் பிடித்ததால், அவள் கைகளை அவர்கள் பிடித்தனர். அவள் குழந்தைகள் அழத் தொடங்கின.

திடலைப் பார்த்தபடி இருக்கும் தனது அலுவலகத்தில் நீதிபதி ஹிடால்கோ அமர்ந்திருந்தார். பொறியைப் பற்றிய நினைவு அவர் மனத்தில் தீவிரமாக இருந்ததால், நடவடிக்கைக்கு அடையாளமாகக் கேட்கும், குதிரைகளின் குளம்போசைக்காக காதை தீட்டிக்கொண்டிருந்த அவர் மட்டும்தான் நகரிலேயே தன் காதுகளை மெழுகால் அடைத்துக்கொள்ளாதவர். மூன்று நீண்ட நாட்கள் இரவு பகலாக, யுவானாவின் ஓலங்களையும், நீதிமன்றத்தின் வெளியே கூடிய நகர மக்களின் தூஷணைகளையும் சகித்துக்கொண்டிருந்த அவர், தன் சொந்தக் குழந்தைகள் அழ ஆரம்பித்ததைக் கேட்டவுடன், தன் சகிப்புத்தன்மையின் எல்லையை அடைந்துவிட்டதை உணர்ந்தார்.

தோல்வியடைந்தவராக, தன் மூன்றுநாள் தாடியுடன், விழித்திருந்து காவல் காத்ததால் சிவந்திருந்த விழிகளுடன், ஆயிரம் வருடங்களின் கனம் முதுகை அழுத்த, தனது அலுவலகத்தை விட்டு அவர் வெளியேவந்தார். தெருவைக் கடந்து, திடலில் நுழைந்து தன் மனைவியை நேருக்குநேர் சந்தித்தார். துக்கத்துடன் ஒருவரை ஒருவர் உற்றுப் பார்த்தனர். ஏழு வருடங்களில் இப்போதுதான் முதல்தடவையாக அவள் அவருக்கு எதிராகப் போயிருக்கிறாள். அதையும் முழு நகரின் முன் செய்திருக்கிறாள். காசில்தாவின் கைகளிலிருந்து சாப்பாட்டுக் கூடையையும் பாட்டிலையும் வாங்கிய நீதிபதி ஹிடால்கோ, தானே கூண்டைத் திறந்து கைதியை விடுவித்தார்.

செய்தி அவனை அடைந்தபோது நிக்கோலஸ் விடால், "அவனுக்குத் தைரியம் இருக்காது என்று நான் சொல்லவில்லையா?" என்று சிரித்தான். மறுநாள், தன் ஒரேமகன் பிளாசா தி ஆர்மா திடலுக்கு நடுவில் ஒரு கூண்டில் தன்னை வாடவிட்ட அவமானத்திலிருந்து மீளமுடியாமல் அநாதை யுவானா, அவள் வாழ்நாட்களைக் கழித்த விபச்சார விடுதியில் சரவிளக்கில் தூக்கு மாட்டிக்கொண்டதை கேள்விப்பட்டபோது, அவன் சிரிப்பு வெறுப்பாக மாறியது.

"அந்த நீதிபதியின் காலம் முடிந்துவிட்டது." என்றான் விடால்.

நீதிபதியை எதிர்பாராத நேரத்தில் தாக்கி, பயங்கரமாகக் கொலை செய்து, சபிக்கப்பட்ட கூண்டில் எல்லோரும் பார்க்கும்படி வீசியெறிய அவன் திட்டமிட்டான். அதே இரவில் ஹிடால்கோவின் குடும்பம், தோல்வியின் கசப்புணர்ச்சியிலிருந்து விடுதலை பெற, கடலோர ஓய்வுப்பகுதிக்குச் சென்றிருப்பதாக துருக்கியக் கடைப் பெண்மணி அவனுக்குத் தகவல் அனுப்பினாள்.

வழியோர விடுதி ஒன்றில் ஓய்வெடுக்கச் சென்றபோது, நீதிபதி அவர் துரத்தப்படுவதை அறிந்தார். ராணுவப் பிரிவு ஒன்று வந்து சேரும்வரை அங்கு அவருக்குப் பாதுகாப்பே இல்லை என்றாலும், அவர் சில மணிநேரங்கள் முன்னதாகப் புறப்பட்டிருக்கிறார். அந்தக் கூட்டத்தின் குதிரைகளைவிட அவர் மோட்டார் கார் வேகமாகப் போகும்.

அடுத்த நகரை அடைந்து அங்கு உதவி பெறமுடியும் என்று அவர் கணித்தார். மனைவியையும் குழந்தைகளையும் காரில் ஏற ஆணையிட்டு, ஆக்ஸிலேட்டரில் காலை அழுத்தி சாலையில் விரைந்து சென்றார். போதுமான நேரம் இருக்கும்போதே அவர் அடுத்த ஊரை அடைந்திருக்க வேண்டும். ஆனால் அன்று நிக்கோலஸ் விடால், அவனை அழிவுக்கு இட்டுச்செல்லப்போகும் பெண்ணைச் சந்திக்கவேண்டும் என்பது விதி.

தூக்கமில்லா இரவுகள், நகரமக்களின் எதிர்ப்பு, அவர் கர்வத்துக்குக் கிடைத்த அடி, தன் குடும்பத்தைக் காப்பாற்றச் செய்யும் இப் பந்தய முயற்சியின் கலக்கம் இவற்றால் சுமை ஏறியிருந்த நீதிபதி ஹிடால்கோவின் இதயம் பெரிதாக அதிர்ந்து பூசணிக்காய்போல் பிளந்தது. கார் கட்டுப்பாடில்லாமல் ஓடி, பல குட்டிக்கரணங்கள் போட்டு இறுதியில், ஒரு பள்ளத்தில் விழுந்து நின்றது. என்ன நடந்ததென்று புரிந்துகொள்ள டோனா காசில்தாவுக்கு சில விநாடிகள் ஆயின. அவள் கணவரின் முதிர்ந்த வயது, விதவையாக அவள் விடப்பட்டால் எப்படி இருக்கும் என்று அவளை அடிக்கடி நினைக்க வைத்திருந்தாலும், இப்படித் தன் எதிரிகளின் தயவில் அவளை விட்டுவிட்டு அவர் செல்வார் என்று அவள் ஒருநாளும் கற்பனை செய்ததில்லை. தன் குழந்தைகளை பத்திரமான இடத்திற்கு உடனே கொண்டுசெல்ல வேண்டும் என்பது தெரிந்ததால் அவள், தன் நிலையை எண்ணிக்கொண்டிருப்பதில் நேரத்தை வீணாக்கவில்லை. சுற்றிலும் பார்த்தபோது, அவளுக்குக் கிட்டத்தட்ட கண்ணீர் முட்டிக்கொண்டு வந்தது. கொதிக்கும் சூரிய வெப்பத்தில், அந்தப் பரந்த வெளியில், அச்சமூட்டும் ஒளியால் வண்ணமிழந்து, வெள்ளை அடிக்கப்பட்ட எல்லையற்ற வானத்தின்கீழ் வறண்ட குன்றுகளைத் தவிர உயிரின் அறிகுறி எதுவும் இல்லை. மீண்டும் பார்த்தபோது தொலைவில் மலைச்சரிவில் பாதையோ, குகையோ ஏதோ ஒன்றின் இருண்ட நிழல் தென்பட்டது. எனவே, கைகளில் இரண்டு குழந்தைகளுடன், மூன்றாவது அவள் பாவாடையைப் பிடித்தபடி வர, அதை நோக்கி அவள் ஓடினாள்.

மலைமீது ஒன்றின்பின் ஒன்றாக குழந்தைகளைத் தூக்கிப் போனாள். அந்தப் பகுதியில் அதிகமாகக் காணப்பட்ட இயற்கையான குகைகளில் ஒன்று அது. ஏதாவது காட்டுமிருகத்தின் இருப்பிடம் இல்லை அது என்று உறுதிசெய்துகொள்ள அவள் உள்ளே எட்டிப் பார்த்தாள். பின், தன் குழந்தைகளை பின்சுவற்றில் சாய்த்து உட்காரவைத்து வறண்ட கண்களுடன், அவற்றை முத்தமிட்டு விடைபெற்றாள்.

“இன்னும் சில மணிநேரத்தில், ராணுவம் உங்களைக் கண்டுபிடிக்க வரும். அதுவரை, எந்தக் காரணத்திற்காகவும் நான் கத்துவதைக் கேட்டாலும்கூட இங்கிருந்து வெளியே வரக்கூடாது - புரிகிறதா?”

ஒன்றை ஒன்று கட்டிப் பிடித்தபடி இருந்த பீதியடைந்த குழந்தைகளை அவர்கள் அம்மா கடைசியாக, ஒருமுறை பார்த்துவிட்டுப் பின் இறங்கி சாலைக்குச் சென்றாள். காரை அடைந்து, தன் கணவரின் கண்களை மூடிவிட்டு, தலைமுடியை நீவி விட்டுக்கொண்டு காத்திருக்கத் தொடங்கினாள். நிக்கோலஸ் விடாலின் கூட்டத்தில் எத்தனை ஆட்கள் இருக்கிறார்கள் என்று அவளுக்குத் தெரியாது. ஆனாலும் அவர்கள் அதிகமாக இருக்கவேண்டும் என்று அவள் பிரார்த்தித்துக் கொண்டாள்.

அப்போதுதான் அவர்கள் வழிக்கு அவளைக் கொண்டுவர அவர்களுக்கு அதிகநேரம் பிடிக்கும். முடிந்தளவு தாமதம் செய்யவேண்டும் என்பதில் அவள் உறுதியோடு இருந்ததால், அவள் இறக்க எவ்வளவுநேரம் பிடிக்கும் என்று சிந்திப்பதில் அவளுக்குப் பலம்கூடியது. அவர்களுக்கு அதிக வேலையை ஏற்படுத்தித் தன் குழந்தைகளுக்கு நேரம் ஏற்படுத்திக் கொடுப்பதற்காக ஆசையைத் தூண்டும்படியும் கவர்ச்சியுடனும் இருக்குமாறு தன்னை உறுதிப்படுத்திக் கொண்டாள்.

அவள் நீண்டநேரம் காத்திருக்க வேண்டியிருக்கவில்லை. கொஞ்ச நேரத்தில் அடிவானத்தில் தூசி மேகம் கிளம்புவதை அவள் பார்த்தாள். விரையும் குதிரைகளின் குளம்பொலியைக் கேட்டாள். பற்களைக் கடித்துக் கொண்டாள். பிறகு, அவள் ஆச்சரியப்படும்படி கையில் துப்பாக்கியோடு, அவளுக்கு சில கஜங்கள் முன்னால் நின்ற ஒரே ஒரு குதிரை வீரனைத்தான் அவள் பார்த்தாள். அவன் முகத்திலிருந்த தழும்பிலிருந்து நிக்கோலஸ் விடாலை அவள் அடையாளம் கண்டுகொண்டாள். நீதிபதி ஹிடால்கோவுக்கும், அவனுக்கும் இடையில் சொந்த விஷயம் இது என்பதால் தனியாக அவரை அவன் துரத்தி வந்திருந்தான். மெதுவாக வரும் சாவைவிட மோசமான ஒன்றைத் தான் தாங்கிக்கொள்ள வேண்டியிருக்கும் என்று நீதிபதி ஹிடால்கோவின் மனைவிக்குப் புரிந்தது.

அவள் கணவனைப் பார்த்தவுடனேயே, அவர் தன் அமைதியான சாவுத் தூக்கத்தில், தன் பிடியிலிருந்து பத்திரமாக இருக்கிறார் என்று விடாலுக்குப் புரிந்தது. ஆனால் வெட்டவெளியின் கூசும் வெளிச்சத்தில், பளபளக்கும் இருப்பாக அவர் மனைவி இருக்கிறாள். குதிரையிலிருந்து கீழே குதித்து, அவளை நோக்கி அவன் நடந்தான். அவள் நடுங்கவோ, தன் விழியைத் தாழ்த்தவோ இல்லை, அவன் வாழ்விலே முதல் தடவையாக வேறுஒரு நபர் அவன் எதிரில் பயமின்றி இருப்பதை ஆச்சரியத்துடன் அவன் உணர்ந்தான். முடிவில்லாமல் தெரிந்த பல கணங்கள், அவர்கள் ஒருவர் பலத்தை மற்றவர் ஆழம் பார்க்க, தங்களின் எதிர்ப்புச்சக்தியை நிதானிக்க ஒருவரை ஒருவர் அளந்தபடி நின்றனர். ஒரு பலம்பொருந்திய எதிரியை சமாளிக்க வேண்டும் என்பது கொஞ்சம், கொஞ்சமாக இருவருக்குமே புரிந்தது. அவன், தன் துப்பாக்கியைத் தாழ்த்தினான். அவள் புன்னகை புரிந்தாள்.

தொடர்ந்த மணிகளின் ஒவ்வொரு கணத்தையும் காசில்தா தனதாக்கிக் கொண்டாள். காலம் தொடங்கிய நாள் முதல் அறிந்திருந்த மயக்கும் கலையின் நெளிவு சுளிவுகளோடு அவசியத்தால் பிறந்த புது வித்தைகளையும் இணைத்து, அந்த மனிதனை இன்பத்தின் உச்சிக்கே கொண்டுசென்றாள். அவனுடைய ஒவ்வொரு அணுவிலும் இன்பத்தைத் தூண்டும்படி, ஒரு கலைஞனைப்போல் அவன் உடம்பில்

விளையாடியது மட்டுமில்லாமல், தன் உணர்வின் அத்தனை மென்மையையும் அதில் கலந்தாள். தங்கள் உயிர்களுக்கு ஆபத்து என்று இருவருக்குமே தெரிந்திருந்தது அந்த சந்திப்புக்கு ஒரு புதிய, பயங்கரப் பரிமாணத்தைச் சேர்த்தது. பிறந்ததிலிருந்து, நிக்கோலஸ் விடால் காதலுக்குப் பயந்து ஓடியவன். நெருக்கம், பரிவு, ரகசியச் சிரிப்பு, புலன்களின் வெறியாட்டம், பகிர்ந்துகொள்ளும் தீவிர உணர்ச்சியின் சந்தோஷம் இவை ஒன்றும் அவனுக்குத் தெரியாது. கடக்கும் ஒவ்வொருகணமும், ராணுவத்தின் வருகையையும், தூக்குக் கயிறையும் இன்னும் அருகில் கொண்டு வந்தது. ஆனால் அவளுடைய அதீதமான திறமைகளுக்காக அவற்றை அவன் மகிழ்ச்சியுடன் ஏற்றுக்கொண்டான். காசில்தா பணிந்துபோகும், பயந்த, சிறுபெண். வயதான, கடுமையான கணவனுக்கு வாழ்க்கைப்பட்டவள். அவர் முன்னால் நிர்வாணமாகத் தோன்றக்கூட அவளுக்கு ஒருநாளும் தைரியம் இருந்ததில்லை. மறக்கமுடியாத அந்த நடுப்பகல் நேரத்தில் ஒருமுறை கூட தன் குழந்தைகளுக்கு நேரம் ஏற்படுத்திக் கொடுப்பதுதான் தன் குறிக்கோள் என்பதை அவள் மறக்கவில்லையென்றாலும் ஏதோ ஒரு தருணத்தில், தன் திறமைகளுக்காக வியந்தபடி, தன்னை முழுவதுமாக அர்ப்பணித்துக் கொண்டாள். அவன்பால், நன்றிபோல் ஏதோ ஒரு உணர்வுகூட அவளுக்கு ஏற்பட்டது. அதனால்தான், சிப்பாய்கள் தொலைவில் வருவதை அவள் கேட்டபோது, மலைகளுக்கு ஓடி விடும்படி அவனைக் கெஞ்சினாள். பதிலுக்கு நிக்கோலஸ் விடால், கடைசி முறையாக அவளை அணைத்துக்கொள்ள முடிவு செய்தான். இப்படித்தான் ஆரம்பத்திலிருந்து அவனுடைய விதியை முடிவுசெய்த ஜோசியத்தை நிறைவேற்றினான்.

*தமிழில் - விஜயகுமார்*

## கொலம்பியா (COLUMBIA)
### காப்ரியல் கார்ஸியா மார்க்வெஸ் (Gabriel Garcia Marquez)

கொலம்பியாவின் சிற்றூர் ஒன்றில் 1928-ம் வருடம் பிறந்த காப்ரியல் கார்ஸியா மார்க்வெஸ், பத்திரிகையாளராகப் பணியாற்றத் தொடங்கினார். அவரது பரீட்சார்த்த சிறுகதைகள் ஆரம்பத்தில் பத்திரிகைகளில்தான் வெளிவந்தன. 1955-ல் Leaf Storm என்ற முதல் நாவல் அவருக்கு எழுத்தாளர் என்ற பெயர் பெற்றுத்தந்தது. 1953-ல் EL Espectador என்ற இதழின் நிருபராக அவர் ஐரோப்பாவுக்குச் சென்று பணியாற்றியபோது, சில இலக்கியப் படைப்புகளை உருவாக்கினார். 1957-ல் கொலம்பியாவுக்கே திரும்பி, மறுவருடம் திருமணம் புரிந்தார்.

1965ல் அவரது வாழ்வில் முக்கியமான திருப்பம் நிகழ்ந்தது. தன் வேலையை ராஜினாமா செய்துவிட்டு, 18 மாதங்கள் தீவிரமாக ஈடுபட்டு அவர் படைத்த One Hundred Years of Solitude (1967) என்ற நாவல், லத்தீன் அமெரிக்காவின் 'Magical Realism' என்ற எழுத்து வடிவத்தின் முன்மாதிரியாக விளங்கியது.

1982-ல் மார்க்வெஸ் நோபல் பரிசு பெற்றார். Autumn of the Patriarch (1975), Chronicle of a Death Foretold (1981), Love in Time of Cholera (1985) ஆகியவை இவரது படைப்புகளில் சில.

# நீரில் மூழ்கிய நிகரற்ற அழகன்
## குழந்தைகளுக்கான கதை

## (THE HANDSOMEST DROWNED MAN IN THE WORLD - A TALE FOR CHILDREN)

கடலில் மிதந்து வந்த, அந்தக் கரிய, பதுங்கிப் புடைத்துக் கொண்டிருந்த பொருளை முதலில் பார்த்த குழந்தைகள் அது ஒரு எதிரிக் கப்பல் என்று நினைத்தார்கள். பிறகு அதில் கொடிகளோ, கொடிக்கம்பங்களோ இல்லை என்று பார்த்தபோது ஒரு திமிங்கிலம் என்று எண்ணினார்கள். கரையில் அடிக்கப்பட்டு அது ஒதுங்கியவுடன், கொத்துக்கொத்தாக கடற்களையும், ஜெல்லி மீனின் உணர்கொம்புகளையும், மீன்கள் மற்றும் மிதக்கும் பொருட்களின் மீதிகளையும் விலக்கியபோதுதான், அது மூழ்கிப்போன ஒரு மனிதன் என்பதை அவர்கள் பார்த்தார்கள்.

பிற்பகல் முழுவதும் அவனை மணலில் புதைத்தும், மீண்டும் தோண்டி எடுத்தும் அவர்கள் விளையாடிக்கொண்டிருந்தபோது, அவர்களைப் பார்க்கநேர்ந்த யாரோ ஒருவன், கிராமம் முழுவதும் எச்சரிக்கை செய்தான். அவனைப் பக்கத்திலிருந்த வீட்டிற்குத் தூக்கிச் சென்றவர்கள் தங்களுக்குத் தெரிந்த செத்தவன் எவனையும்விட அவன் அதிக கனமாக இருப்பதைக் கவனித்தார்கள். அனேகமாக, ஒரு குதிரையின் கனம். ஒருவேளை, அவன் நீரில் நீண்டநேரம் மிதந்திருக்கலாம் என்றும், நீர் அவன் எலும்புகளுக்குள் புகுந்திருக்கலாம் என்றும் தங்களுக்குள் பேசிக்கொண்டார்கள். அவனைத் தரையில் கிடத்தியபோது, வீட்டில் அவனுக்குப் போதுமான இடமே இருந்ததால், அவன் மற்றெல்லா மனிதர்களையும்விட உயரமானவன் என்று சொன்னார்கள். ஆனால் நீரில் மூழ்கிப்போன சில மனிதர்களுக்கு மரணத்திற்குப் பின்னும் வளர்ந்துகொண்டிருப்பது இயல்பின் ஒரு பகுதியாக இருக்கலாம் என்று நினைத்தார்கள். அவனிடம் கடலின் வாடை வீசியது. அவன் தோல் சேற்றுப் பொருக்குகளால் மூடப்பட்டுப் பாளம்பாளமாக இருந்ததால், அவன் உருவம்தான் அது ஒரு மனிதப்பிணம் என்பதைத் தெரிந்துகொள்ள உதவியது.

இறந்தவன் ஒரு அந்நியன் என்பதைத் தெரிந்துகொள்ள அவன் முகத்தைச் சுத்தம் செய்யவேண்டிய அவசியம்கூட அவர்களுக்கு

இல்லை. பாலை போன்ற கடல் முனையிலிருந்து பரவிக் கிடந்த, பூக்களற்ற கல் முற்றங்களுடன் கூடிய, கிட்டத்தட்ட இருபதே மர வீடுகளைக் கொண்டது அந்தக் கிராமம். மிகச் சொற்ப நிலப்பரப்பே இருந்ததால், தாய்மார்கள் தங்கள் குழந்தைகளை காற்று தூக்கிக் கொண்டு போய்விடும் என்ற பயத்திலேயே நடமாடினார்கள். கடந்த ஆண்டுகளில் அவர்களிடையே இறந்தவர்களின் பிணங்களை பாறை உச்சியில் இருந்து கடலில்தான் எறியவேண்டியிருந்தது. ஆனால் கடல் அமைதியாகவும் அள்ளிக் கொடுப்பதாகவும் இருந்தது. எல்லா ஆண்களும் ஏழு படகுகளில் அடங்கிவிடுவார்கள். எனவே, மூழ்கியவனைப் பார்த்தவுடன் அவர்கள், தங்களை ஒருவரை ஒருவர் பார்த்துக்கொண்டதே எல்லோரும் அங்கே இருப்பதைத் தெரிந்துகொள்ளப் போதுமானதாயிருந்தது.

அந்த இரவு அவர்கள் கடலுக்கு வேலை செய்யப் போகவில்லை. ஆண்கள் அக்கம்பக்கத்து கிராமங்களில் யாராவது தொலைந்து போய்விட்டார்களா என்று பார்த்துவரப் போனபோது, பெண்கள் மூழ்கியவனைப் பார்த்துக்கொள்ள பின்தங்கினார்கள். புற்கொத்துகளைக் கொண்டு சேற்றை எடுத்தார்கள். அவன் மயிரில் சிக்கிக்கொண்டிருந்த கடலடிக் கற்களை அகற்றினார்கள், மீனைச் சுரண்டும் உபகரணங்களைக்கொண்டு அவன் பொருக்குகளைச் சுரண்டி எடுத்தார்கள். அவர்கள் அதையெல்லாம் செய்து கொண்டிருந்தபோது, அவன்மீதிருந்த செடி, கொடிகள் தூரத்து கடல்களிலிருந்தும், மிகவும் ஆழத்திலிருந்தும் வந்தவை என்பதையும், பவழங்களின் வரிசைகளினூடே அவன் மிதந்து வந்ததுபோல் அவன் உடைகள் கிழிந்திருப்பதையும் கவனித்தார்கள். கடலிலிருந்து வெளியே வந்த பிற மூழ்கி இறந்துபோனவர்களிடம் காணப்படும் தனிமையில் வாடும் முகபாவமோ, நதிகளில் மூழ்கி இறப்பவர்களிடமிருக்கும் களைத்துப்போன, தவிக்கும் முகபாவமோ அவனிடம் காணப்படாததால் அவன், தன் மரணத்தைப் பெருமையுடன் சந்தித்திருக்கிறான் என்பதையும் அவர்கள் கவனித்தார்கள். ஆனால் அவனை முழுவதும் சுத்தம்செய்து முடித்தவுடன்தான் அவன் எப்பேர்ப்பட்ட மனிதன் என்பது, அவர்களுக்கு உறைக்க ஆரம்பித்தது. அது அவர்களை மூச்சடைக்கச் செய்தது. அவர்கள் இதுவரை பார்த்திராத, மிக உயரமான, மிகச் சக்திவாய்ந்த, மிக வீரியமான, மிக வாளிப்பான உடல்கொண்ட மனிதனாக மட்டுமில்லை அவன். அவர்கள் அவனைப் பார்த்துக்கொண்டிருந்தபோதும், அவர்கள் கற்பனைக் கெட்டாதவனாகவும் அவன் இருந்தான்.

அவனைக் கிடத்துமளவுக்குப் பெரிய கட்டிலையோ, இரவு விழிப்பிற்குத் தேவைப்பட்ட அளவிற்குக் கனமான மேஜையையோ கிராமத்தில் அவர்களால் கண்டுபிடிக்க முடியவில்லை. மிக உயரமான

ஆண்களின் விடுமுறைக் கால்சட்டைகள்கூட அவனுக்குச் சரியாக இல்லை, மிகப் பருமனானவர்களின் ஞாயிற்றுக்கிழமை சட்டைகளும், மிகப்பெரிய கால்களுடையவர்களின் ஷூக்களும் அப்படித்தான். அவனுடைய மாபெரும் அளவிலும், அழகிலும் மெய்மறந்துபோன அந்தப் பெண்கள், அவன் தன் சாவிலும் கௌவரமாக இருப்பதற்காக தொடர்ந்து, அவனுக்கு ஒரு பெரிய கப்பலின் பாய்த்துணியிலிருந்து கால்சட்டைகளும், மணப்பெண்ணின் பிராபாண்ட் லினனிலிருந்து கொஞ்சம் எடுத்துச் சட்டையும் தயார் செய்ய முடிவுசெய்தார்கள். வட்டமாக உட்கார்ந்து, தைத்துக்கொண்டு, தையல்களுக்கிடையில் பிணத்தைப் பார்த்துக்கொண்டு இருந்தவர்களுக்கு காற்று இவ்வளவு தொடர்ந்து இதற்குமுன் எப்போதுமே அடித்ததில்லை என்றும், அந்த இரவைப்போல் எப்போதுமே கடல் அமைதியற்று இருந்ததில்லை என்றும் தோன்றியது. அந்த மாற்றத்திற்கும் இறந்தவனுக்கும் ஏதோ சம்பந்தம் இருக்கிறது என்றும் அவர்கள் நினைத்தார்கள்.

இந்தக் கிராமத்தில் அந்த மாபெரும் ஆள் வசித்திருந்தால், அவன் வீடுதான் மிக அகலமான கதவுகளையும், மிக உயரமான கூரையையும், மிகக் கனமான தரையையும் கொண்டிருந்திருக்கும். அவன் கட்டிலின் சட்டங்கள், கப்பலின் சட்டங்களிலிருந்து செய்யப்பட்டு, இரும்பு ஆணிகளால் இணைக்கப்பட்டிருக்கும்; அவன் மனைவிதான் மிகவும் சந்தோஷமானவளாக இருந்திருப்பாள். மீன்களின் பெயர்களை வெறுமனே கூப்பிட்டுக் கடலிலிருந்து மீன்களை வெளியே இழுக்கும் அளவுக்கு அவன் அதிகாரம்கொண்டவனாகவும், பாறைஉச்சிகளில் பூஞ்செடிகளை வளர்ப்பதற்காக, பாறைகளிலிருந்து நீருற்றுகளை பீறிட்டுக் கிளப்பக்கூடிய கடின உழைப்பை நிலத்தில் செலுத்தியிருக்கக் கூடியவனாகவும், அவர்களுக்கு அவன் தெரிந்தான். அவர்கள் ரகசியமாக அவனைத் தங்கள் ஆண்களோடு ஒப்பிட்டுப் பார்த்து, அவன் ஒரு இரவில் செய்யக்கூடியதை அவர்கள் வாழ்நாட்கள் முழுவதும் செய்ய முடியாதவர்கள் என்று நினைத்து, அவர்களைத் தங்கள் இதயங்களின் ஆழத்திலிருந்து மிக பலஹீனமானவர்களாக, மிக அல்பமானவர்களாக, உலகத்திலேயே மிக உபயோகமற்ற ஜந்துகளாக முடிவுசெய்து ஒதுக்கினார்கள். இப்படிப்பட்ட கற்பனைப் பாதைகளில் அவர்கள் அலைந்துகொண்டிருந்தபோது, அவர்களிலேயே வயதான பெண்மணி, அவர்களிலேயே வயதானவள் என்ற காரணத்தால் இறந்தவனை அதிக இரக்கத்தோடு பார்த்தாள்- பெருமூச்சு விட்டபடி. "எஸ்தபான் என்றழைக்கப்பட்டவனின் முகம்தான் அவன் முகம்" என்றாள்.

அது உண்மை. பெரும்பாலானவர்களுக்கு அவனை இன்னொருமுறை பார்த்தவுடனேயே அவனுக்கு வேறு எந்தப் பெயரும் இருக்க முடியாது என்பது தெரிந்தது. அவர்களில் அதிகப்பிடிவாதம் கொண்ட, வயதில்

மிக இளையவர்கள், அவனுக்கு உடைகளை அணிவித்து, அவன் மலர்களுக்கிடையே தோல் ஷூக்களுடன் கிடந்தபோது, அவன் பெயர் லோடாரோவாக இருக்கலாம் என்ற மாயையில் சில மணிநேரங்கள் வாழ்ந்தார்கள். ஆனால் அது ஒரு வீண் மாயை. பாய்த்துணி பற்றாமல் இருந்ததால், மோசமாக வெட்டப்பட்ட, அதைவிட மோசமாக தைக்கப்பட்ட கால்சட்டை அவனுக்கு மிகவும் சின்னதாக இருந்தது. அவன் இதயத்தில் மறைந்திருக்கும் சக்தி அவன் சட்டையின் பட்டன்களைத் தெறித்து விழச்செய்தது. நள்ளிரவுக்குப்பின் காற்றின் ஊளை அடங்கியது. கடலும் புதன்கிழமை மயக்கத்தில் வீழ்ந்தது. அந்த அமைதி, கடைசியாக இருந்த சந்தேகங்களுக்கும் முடிவுகட்டியது; அவன் எஸ்தபான்தான். அவனுக்கு ஆடை அணிவித்து, அவன் தலைமுடியைச் சீவி, நகங்களை வெட்டி, அவனுக்கு ஷவரம் செய்த பெண்களுக்கு அவன் தரையில் இழுக்கப்படுவதைப் பார்த்து இரக்கத்தால் உடல் நடுங்குவதைத் தவிர்க்க முடியவில்லை. இறந்த பிறகும்கூட தொல்லை தந்த அந்தப் பெரிய உடம்புடன் அவன் எவ்வளவு வருத்தமாக இருந்திருக்க வேண்டும் என்பதை அவர்கள் அப்போதுதான் உணர்ந்தார்கள். உயிரோடு இருந்தபோது அவன் வாசல்களில் உடலைத் திருப்பிக்கொண்டும், தலையை நிலைப்படியில் இடித்துக்கொண்டும் அவதியுடன் வாழ்ந்ததை அவர்களால் பார்க்கமுடிந்தது. விருந்தினனாகச் செல்லும்பொழுது, வீட்டுச் சொந்தக்காரி, இருப்பதிலேயே உறுதியான நாற்காலியைத் தேடி, மரண பயத்துடன், 'எஸ்தபான் தயவுசெய்து இங்கே உட்காரு.' என்று அவனிடம் கெஞ்சும்வரை, அவன் தன் கடற்சிங்கக் கைகளை வைத்துக்கொண்டு என்ன செய்வது என்று புரியாமல் நின்றுகொண்டிருக்க நேர்ந்திருக்கும். 'கவலைப்படாதீர்கள், அம்மணி, இங்கேயே எனக்குச் சௌகரியமாக இருக்கிறது' என்று சுவரில் சாய்ந்துகொண்டு, சிரித்தபடி, குதிகால்கள் புண்ணாக, இப்படி பல தடவைகள் செய்திருப்பதால் ரணமான முதுகுடன், நாற்காலியை உடைக்கும் தர்மசங்கடத்தை தவிர்ப்பதற்காக, அவன் புன்னகைத்தபடி சொல்லியிருப்பான். 'போகாதே, எஸ்தபான், காபி குடித்துவிட்டுத்தான் போகவேண்டும்' என்று சொல்பவர்கள்தான் பின்னால், 'அப்பாடா, தடியன் போனான், நிம்மதி, அழகான முட்டாள் போனான்' என்று முணுமுணுப்பது அவனுக்கு ஒருவேளை தெரியாமலே இருந்திருக்கலாம். உடலுக்கு அருகில் இருந்த பெண்கள் விடியலுக்குச் சற்றுமுன் இப்படித்தான் சிந்தித்துக் கொண்டிருந்தார்கள். பிறகு, வெளிச்சம் அவனைத் தொந்திரவு செய்யாமலிருக்க அவன் முகத்தை கைக்குட்டையால் மூடியபோது அவன் நிரந்தரமாக இறந்ததுபோலவும், பாதுகாப்பற்றவனாகவும், அவர்களுடைய ஆண்களைப்போலவே இருப்பதையும் பார்த்த பெண்களுக்கு இதயங்களில் கண்ணீரின் முதற்சுவடுகள் தோன்ற ஆரம்பித்தன. அழுகையை ஆரம்பித்துவைத்தது வயதில் சின்னப் பெண்களில் ஒருத்தி. தன் நினைவுகொண்ட

மற்றவர்களும், பெருமூச்சுகளிலிருந்து புலம்பல்களுக்கு மாறினார்கள், விசும்பல் கூடக்கூட அழவேண்டும் என்ற உணர்வும் கூடியது. ஏனெனில் இறந்தவன், அவர்களுக்கு எஸ்தபானாகவே மாறிக்கொண்டிருந்தான். மிகவும் ஆதரவற்றவனான, மிகவும் அமைதியானவனான, உலகிலேயே மிகவும் ஒத்துப்போகக்கூடியவனான எஸ்தபான், பாவம். அதனால்தான் அவர்கள் அவ்வளவு அழுதார்கள். இறந்தவன் பக்கத்து கிராமங்களையும் சேர்ந்தவனில்லை என்ற செய்தியோடு ஆண்கள் திரும்பியபோது பெண்கள் தங்கள் கண்ணீருக்கிடையில் ஒரு சந்தோஷக்கீற்றை உணர்ந்தார்கள்.

"கடவுளுக்கு நன்றி" அவர்கள் பெருமூச்சுவிட்டார்கள், "அவன் நமக்கே சொந்தம்."

பெண்களுக்கே உரிய சிறுபிள்ளைத்தனம்தான் அவர்களின் அலட்டல் என்று ஆண்கள் நினைத்தார்கள். கஷ்டமான இரவுநேர விசாரணைகளால் களைத்திருந்த அவர்கள் விரும்பியதெல்லாம் அந்த வறண்ட, காற்றில்லாத நாளில் சூரியன் பலம் பெறுவதற்குள் அந்தப் புதியவனின் தொந்தரவிலிருந்து ஒரேயடியாய் விடுதலை பெற வேண்டுமென்பதுதான். அவர்கள் பாய்மரத் துணிகளாலும் மீன் பிடிக்கும் கம்புகளாலும் ஒரு பாடையைத் தயார் செய்தனர். மலையுச்சியை அடையும்வரை, உடலின் கனத்தை அது தாங்கும்படி கயிற்றால் இறுகக் கட்டினர். மீன்களைக் குருடாக்கும் ஆழத்தில், கடலில் மூழ்குபவர்கள் ஏக்கத்தால் இறக்கும் ஆழத்தில், மற்ற உடம்புகளுக்கு நேர்ந்ததுபோலில்லாமல் அலைமாற்றங்கள் கரைக்கு மீண்டும் உடம்பைக் கொண்டுவரமுடியாத ஆழத்தில் அவன் எளிதாக மூழ்கும்படி சரக்குக் கப்பல் ஒன்றின் நங்கூரத்தை அவனுடன் சேர்த்துக்கட்ட அவர்கள் விரும்பினர். அவர்கள் எவ்வளவுக்கெவ்வளவு அவசரப்பட்டார்களோ, அவ்வளவுக் கவ்வளவு பெண்கள் நேரத்தை வீணடிப்பதற்கான வழிகளைக் கண்டுபிடித்துக் கொண்டிருந்தனர். தங்கள் மார்புகளில் தொங்கிய கடற்பாசி மணிகளைத் தொட்டபடி, ஒரு பக்கத்தில் நுழைந்து மூழ்கியவன்மேல் நல்ல காற்றைத் தரும் அதிர்ஷ்ட எலும்பை வைப்பதும், மறுபக்கத்தில் ஒரு மணிக்கட்டு திசைகாட்டியை வைப்பதுமாக குறுக்கும்நெடுக்கும் அவர்கள் அதிர்ச்சியடைந்த கோழிகளைப் போல் நடமாடிக் கொண்டிருந்தனர். 'ஏய் பொம்பளை அங்கிருந்து நகரு', 'வழியை விட்டுப் போ', 'பார், பார், இறந்தவன் மேலேயே என்னைத் தள்ளிவிட்டாய்' என்பதுபோன்ற பல அதட்டல்களுக்குப் பின் ஆண்கள், தங்கள் ஈரல் குலைகளிலிருந்து அவநம்பிக்கைப்பட ஆரம்பித்தனர். எவ்வளவுதான் ஆணிகளையும், புனிதநீர் ஜாடிகளையும் இறந்தவன்மேல் போட்டாலும், சுறா மீன்கள் அவனைச் சவைக்கத்தான்போகின்றன என்பதால், ஒரு அந்நியனுக்கு ஏன் இவ்வளவு முக்கியமான அலங்காரங்கள் என்று

அவர்கள் முணுமுணுக்கத் தொடங்கினர். ஆனால் குறுக்கும்நெடுக்கும் ஓடிக்கொண்டு, தடுக்கி விழுந்துகொண்டு, கண்ணீரால் முடியாததை பெருமூச்சுகளால் சாதித்துக்கொண்டு, பெண்கள் இறந்தவன்மேல் தங்கள் குப்பைச் சின்னங்களைக் குவித்துக்கொண்டிருந்தனர். மிதந்துவந்த ஒரு பிணத்திற்காக, மூழ்கிய ஒரு ஊர்பேர் தெரியாதவனுக்காக, ஒரு குளிர்ந்த புதன்கிழமை சதைப் பிண்டத்துக்காக எப்போதிலிருந்து இத்தனை அலட்டல் செய்யத் தொடங்கினோம் என்று ஆண்கள் இறுதியில் கோபத்தில் வெடித்தனர். இந்தக் கவலையில்லாத போக்கினால் வருத்தமடைந்த ஒரு பெண், அப்போது இறந்தவனின் முகத்தை மூடியிருந்த கைக்குட்டையை எடுத்தாள். ஆண்கள் மூச்சடைத்துப் போயினர்.

அவன் எஸ்தபான்தான். அவனை அடையாளம் தெரிந்துகொள்ள அவர்களுக்கு அதை திருப்பிச் சொல்லவேண்டிய அவசியமில்லை. அவன், சர் வால்டர் ராலே என்று அவர்களுக்குச் சொல்லியிருந்தால் கூட, அவன் கிரிங்கோ பாஷையும், தோளிலிருக்கும் கிளியும், நரமாமிசம் தின்பவர்களைக் கொல்லும் கத்தியும் அவர்களை நம்பவைத்திருக்கும். ஆனால் உலகில் ஒரே ஒரு எஸ்தபான்தான் இருக்கமுடியும். ஷூக்கள் இல்லாமல், உயரம் குறைந்த சிறுவனின் கால்சட்டையை போட்டுக்கொண்டு, கத்தியால் மட்டுமே வெட்டக்கூடிய கல் நகங்களுடன் ஒரு திமிங்கலத்தைப் போல தரையில் கிடக்கும் அவன்தான் அது. அவன் அவமானப்படுகிறான் என்பது அவன் முகத்தை மூடியிருந்த கைக்குட்டையை எடுத்தவுடனேயே அவர்களுக்குத் தெரிந்தது. 'நான் அவ்வளவு பெரிதாகவும், கனமாகவும் அழகாகவும் இருப்பது என் குற்றமில்லை' என்றும், 'இப்படியெல்லாம் நடக்கும் என்று தெரிந்திருந்தால் வேறு ஒரு மறைவிடத்தில் நான் மூழ்கியிருப்பேன்' என்றும், 'நான் உண்மையில் ஒரு கப்பலின் நங்கூரத்தை என் கழுத்தைச் சுற்றிக் கட்டிக்கொண்டு மலையுச்சியிலிருந்து விழுந்திருப்பேன். இப்படி ஒரு புதன்கிழமையன்று எனக்குச் சம்பந்தமில்லாத மக்களைத் தொந்திரவு செய்திருக்க மாட்டேன்' என்றும் சொல்வது போலிருந்தது. அவன் பாவனையில் இருந்த தீவிர உண்மை, மிக அவநம்பிக்கையான மனிதர்கள், கடலில் எல்லையற்ற நீண்ட இரவுகளின் கடுமையில், தங்கள் பெண்கள் தங்களைப்பற்றி கனவு காண்பதில் அலுப்படைந்து, மூழ்கியவர்களைப்பற்றி கனவு காண ஆரம்பிப்பார்கள் என்று நினைப்பவர்கள், அவர்களைவிடக் கடின மனம்கொண்டவர்கள் இவர்கள்கூட எஸ்தபானின் நேர்மையைக் கண்டு எலும்புகளுக்குள் நடுங்கினர்.

இப்படியாகத்தான், கைவிடப்பட்ட மூழ்கிய ஒருவனுக்கு அவர்கள் நினைத்துப் பார்க்கமுடியாத அளவுக்கு மிகப் பிரமாதமான சவ அடக்கத்தை நடத்தினர். பூக்கள் கொண்டுவருவதற்காக பக்கத்து

கிராமங்களுக்குச் சென்ற சில பெண்கள், அவர்கள் கூறியதை நம்ப முடியாத வேறுபல பெண்களுடன் திரும்பினர். அந்தப் பெண்கள் இறந்தவனைப் பார்த்தவுடன் இன்னும் பூக்கள் கொண்டுவரத் திரும்பிப் போனார்கள். போனவர்கள் இன்னும் பலரையும், பூக்களையும் கொண்டுவந்தனர். கடைசியில், நடமாடவே திண்டாட்டமாய் இருக்கும் அளவுக்குப் பெரிய கூட்டமும் அதிக மலர்களுமாக நிறைந்தன.

கடைசி நிமிடத்தில் அவனை ஒரு அனாதையாக தண்ணீரில் எறிவது அவர்களுக்கு மனவலியைத் தந்ததால், அவனுக்கு அப்பாவாக, அம்மாவாக, மாமனாக, மருமகனாக, அத்தையாக இருக்கச் சிறந்த மக்களை தேர்ந்தெடுத்தனர். எனவே, அவன்மூலம் கிராமத்தில் வசிக்கும் அத்தனைபேரும் உறவுக்காரர்களாயினர். தூரத்திலிருந்து அழுகைச் சத்தத்தைக் கேட்ட சில மாலுமிகள் வழிமாறிச் சென்றார்கள். கடற்தேவதைகள் பற்றிய பழங்கதைகள் நினைவுக்கு வந்ததால், தன்னை கப்பல் பாய்மரத்தில் கட்டிப் போட்டுக்கொண்ட ஒருவனைப் பற்றி மக்கள் கேள்விப்பட்டார்கள், மலைகளுக்கு அருகே நெடுங்குத்தலாக இருந்த பாதைவழியே அவனைத் தோள்மீது தூக்கிச்செல்லும் உரிமைக்காக அவர்கள் போட்டிபோட்டனர். அப்போதுதான் அந்த மூழ்கியவனின் அழகையும் அற்புதத்தையும், தங்கள் தெருக்களின் வெறுமையையும், தங்கள் முற்றங்களின் வறட்சியையும், தங்கள் கனவுகளின் சிறுமையையும் அவர்கள் உணர்ந்தார்கள். அவன் விரும்பினால், அவன் விரும்பும்போது திரும்பிவரலாம் என்பதற்காக, நங்கூரம் இல்லாமல் அவனைக் கடலில் வீசினர். பாதாளத்தில் அந்த உடல் விழுவதற்கான யுகங்களின் ஒரு சிறுதுளி நேரம் அவர்கள் மூச்சடக்கி நின்றனர். அவர்கள் யாரும் அப்போது அங்கில்லை என்பதை உணர்ந்துகொள்ள, அவர்கள் ஒருவரை ஒருவர் பார்த்துக்கொள்ள வேண்டிய அவசியம் இருக்கவில்லை. அப்போது மட்டுமல்ல; எப்போதும்தான். இப்போதிலிருந்து எல்லாமே மாறப் போகிறது என்பதும் அவர்களுக்குத் தெரிந்தது. எஸ்தபானின் நினைவு, உத்தரங்களில் இடித்துக்கொள்ளாமல் எங்கும் செல்ல, அவர்கள் வீடுகளுக்கு இன்னும் அகலமான கதவுகளும், இன்னும் உயரமான கூரைகளும், இன்னும் கனமான தரைகளும் இருக்கும். அவர்கள் தங்கள் வீடுகளுக்கு மகிழ்ச்சியான வர்ணங்கள் அடித்து எஸ்தபானின் நினைவை நிரந்தரமாக்கிக்கொள்ளப்போவதால், வருங்காலத்தில் யாருக்கும், 'பெரியமுட்டாள் கடைசியாகச் செத்தான், பாவம், அழகான மடையன் இறுதியில் இறந்தான்' என்று முணுமுணுக்கும் தைரியம் வராது. பாறைகளிலிருந்து நீரூற்றுகளை வரவழைக்க அவர்கள் கடுமையாக உழைக்கப் போகிறார்கள். மலைகளில் பூச்செடிகளை நடப்போகிறார்கள். வரும் வருடங்களில் பெரிய பயணக் கப்பல்களில் பிரயாணிகள் நடுக்கடலில் வீசும் பூந்தோட்டங்களின் நறுமணத்தால் மூச்சுத் திணறி, அதிகாலையில் விழிப்பார்கள். அப்போது கப்பல்

தலைவன், தன் யூனிஃபார்ம் உடையில் தொலைநோக்கி, திசைகாட்டும் கருவி, யுத்த மெடல்களின் வரிசை இவற்றுடன் கீழே இறங்கிவரத்தான் வேண்டும், வந்து அடிவானத்தில் தெரியும் ரோஜாக்களின் வரிசையை சுட்டிக் காண்பித்து பதினான்கு பாஷைகளில், 'பாருங்கள், எங்கே இப்போது காற்று அமைதியாக உள்ளதோ, படுக்கைகளுக்கு அடியில் தூங்கிக்கொண்டிருக்கிறதோ, எங்கே சூரியனின் பிரகாசத்தில் சூரியகாந்தி மலர்கள் திரும்பும் திசை தெரியாமலிருக்கின்றனவோ, அங்கே எஸ்தபானின் கிராமம் இருக்கிறது.' என்பான்.

தமிழில் - **விஜயகுமார்**

## டொமினிகன் குடியரசு (DOMINICAN REPUBLIC)

### யுவான் போஷ் (Juan Boch)

டொமினிகன் குடியரசைச் சேர்ந்த யுவான் போஷ், லத்தீன் அமெரிக்க எழுத்தாளர்களிடம் அதிக அளவில் காணப்படும் அரசியல் மற்றும் இலக்கிய ஈடுபாடுகளின் இணைப்பைக் கொண்டிருந்தவர். த்ருலியோவின் சர்வாதிகார ஆட்சி கவிழ்ந்தபோது, தன் நாட்டின் ஜனாதிபதியாக யுவான் போஷ் பதவியேற்றார். ஏழு மாதங்களில் அவரும் கவிழ்க்கப்பட்டார். போர்ட்டோரிகோவிலும், ஐரோப்பாவிலும் சிலகாலம் தலைமறைவாக இருந்தபின், சொந்த நாட்டிற்குத் திரும்பிவந்தார். அடிப்படையில், சிறுகதை எழுத்தாளரான யுவான் போஷ் அதிகமாகப் பிரயாணம் செய்திருந்தாலும், தன் கதைகளில் பெரும்பாலும் தன் நாட்டு மக்களின் பிரச்சினைகளைப் பற்றித்தான் எழுதினார்.

# டான் டாமியானின் அழகிய ஆன்மா
## (THE BEAUTIFUL SOUL OF DON DAMIAN)

டான்டாமியான் கிட்டத்தட்ட *104$^{0}$* ஜுரத்துடன் 'கோமா'வில் விழுந்தான். ஏறக்குறைய உயிரோடு பொரிக்கப்படுவதுபோல் அவனது ஆன்மா மிகவும் அசௌகரியமாக உணர்ந்தது. எனவே, தன்னை அவனுடைய இதயத்துக்குள் வாரிச் சேர்த்துக்கொண்டு, அது வெளியேறத் தொடங்கியது. எண்ணற்ற கால்கள்கொண்ட ஆக்டோபஸ்போல, சில, சிரைகளிலும் வேறு மெல்லிய சில சிறிய இரத்த நாளங்களிலும் எல்லையற்ற எண்ணிக்கையில் இருந்த உணர் கொம்புகளை அந்த ஆன்மா கொண்டிருந்தது. பையப் பைய அக் கால்களை அது வெளியே இழுத்ததன்காரணமாக டான் டாமியான் வெளிறிப்போய் குளிர்ந்துபோனான். முதலில் அவன் கைகள் ஜில்லிட ஆரம்பித்தன. பின், அவன் கரங்களும் கால்களும். அவன் முகம் மரண வெளுப்பை அடைந்தபோது அந்த மாற்றத்தை படுக்கையைச் சுற்றி இருந்தவர்கள்கூட கவனித்தனர். திடுக்கிட்ட நர்ஸ், டாக்டரை உடனே அழைக்கவேண்டும் என்று சொன்னாள். ஆன்மா அவள் சொன்னதைக் கேட்டது. அது நினைத்தது: "நான் சீக்கிரம் போகவேண்டும், இல்லையெனில் நான் பொரிந்து வற்றலாகும் வரை என்னை இங்கேயே தங்கவைத்துவிடுவார்."

விடியற்காலை. புதிய நாளொன்றின் பிறப்பை அறிவித்துக்கொண்டு ஒளியின் மங்கிய இழையொன்று ஜன்னல்வழியே நுழைந்தது. காற்று நுழைவதற்காக இலேசாகத் திறந்திருந்த டான் டாமியாரின் வாய்க்குள்ளிருந்து ஆன்மா எட்டிப் பார்த்தது.

வெளிச்சத்தைக் கவனித்தவுடன் அது தனக்குள் சொல்லிக் கொண்டது, 'இன்னும் சில நிமிடங்களில் யாராவது என்னைப் பார்த்துவிடலாம். பார்த்தால் நான் என்னுடைய எஜமானின் உடலிலிருந்து தப்புவதைத் தடுத்துவிடலாம் என்பதால், தப்புவ தென்றால், அதை உடனடியாகச் செய்யவேண்டும். டான் டாமியானின் ஆன்மாவுக்குச் சில விஷயங்கள் கொஞ்சம்கூடத் தெரியவில்லை.

உதாரணமாக, விடுதலை பெற்று வெளியேறியவுடன், பிறர் கண்களுக்கு அது புலப்படாது என்பதுகூட அதற்குத் தெரியவில்லை.

நோயாளியின் சொகுசான படுக்கையைச் சுற்றிக் கேட்ட ஆடை விளிம்புகளின் சலசலப்பையும், குரல்களின் முணுமுணுப்பையும், தன் சிறையிலிருந்து தப்புவதில் குறியாக இருந்த ஆன்மா, அலட்சியம் செய்யவேண்டியிருந்தது. கையில் ஊசியின் பீச்சாங்குழலுடன் நர்ஸ் மீண்டும் அறைக்குள் வந்தாள்.

"கடவுளே, கடவுளே..." கிழ வேலைக்காரி கத்தினாள், "சீக்கிரம், சீக்கிரம், நேரமாகவிடாதீர்கள்..."

காலம் கடந்துவிட்டது. ஊசிநுனி டான் டாமியானின் கையில் நுழைந்த அதே வினாடியில் ஊசிக்காகும் செலவு வீண் என்று யோசித்தபடி ஆன்மா, தன்னுடைய கடைசி உணர்கொம்பையும் அவனுடைய வாய்க்குள்ளிருந்து வெளியே இழுத்துக் கொண்டது. ஒரு கணம் கழித்து, யாரோ கூக்குரல் ஓலமிட்டு அழ ஆரம்பித்தபோது - அது நிச்சயமாக டாமியானின் மனைவியோ, மாமியாரோ இல்லையாகையால், அப்படி அழுதது வேலைக்காரியாகத்தான் இருக்க வேண்டும் - அறையின் கூரையில் நடுவில் தொங்கிக்கொண்டிருந்த பொஹீமியா கண்ணாடி விளக்கை நோக்கி காற்றுவெளியில் அந்த ஆன்மா எம்பிக் குதித்தது. அங்கு தன் சிந்தனைத் திறனை சரிசெய்துகொண்டு கீழே பார்த்தது. கிட்டத்தட்ட, பொஹீமியா கண்ணாடிபோலவே கடினமாகவும், ஒளி ஊடுருவும்படியும் ஆகிவிட்டிருந்த அங்கங்களுடன், டான் டாமியானின் பிரேதம் இப்போது அழுக்கு மஞ்சள் நிறத்தை அடைந்திருந்தது. முகத்தின் எலும்புகள் வளர்ந்திருப்பதுபோல் தோன்றின. தோலில் பயங்கரமான பளபளப்பு ஏற்பட்டிருந்தது. அவன் மனைவியும், மாமியாரும், நர்ஸும் அவனைச்சுற்றி படபடத்தார்கள். போர்வைக்குள் தன் வெண்மையான தலையைப் புதைத்துக்கொண்டு வேலைக்காரி தேம்பினாள். அவர்கள் ஒவ்வொரு வரும் என்ன நினைக்கிறார்கள், என்ன உணர்கிறார்கள் என்பது ஆன்மாவுக்குத் துல்லியமாகத் தெரிந்திருந்தாலும், அவர்களைக் கவனிப்பதில் நேரத்தை வீணாக்குவதை அது விரும்பவில்லை. ஒவ்வொருகணமும் வெளிச்சத்தின் ஒளி கூடிக்கொண்டே வருவதால், மேலே குந்தியிருக்கும் தன்னை யாராவது பார்த்து விடுவார்கள் என்று அது பயந்தது. திடீரென்று மாமியார்க்காரி, தன் பெண்ணைக் கையைப் பிடித்து ஹாலுக்கு அழைத்துச் சென்று, அவளிடம் குசுகுசுவென்று பேசினாள். அவள் பேசியதை ஆன்மா கேட்டது.

"இப்படி வெட்கங்கெட்டதனமாக நடந்துகொள்ளாதே. கொஞ்சம் துயரத்தையாவது நீ காட்ட வேண்டும்."

"ஜனங்கள் வர ஆரம்பிக்கட்டும், அம்மா" என்று மகள் முணுமுணுத்தாள்.

"இல்லை. இப்போதே. நர்ஸை மறந்துவிடாதே - அவள் நடப்பதையெல்லாம் எல்லோரிடமும் சொல்வாள்."

துக்கத்தால் பைத்தியம் பிடித்தவள்போல் அந்தப் புதிய விதவை படுக்கையை நோக்கி ஓடினாள்.

"ஓ டாமியான், டாமியான்!" அவள் அலறினாள்.

"டாமியான், என் அன்பே, நீ இல்லாமல் நான் எப்படி வாழ்வேன்?"

உலக அறிவு குறைந்த வேறு ஒரு ஆன்மா என்றால் அதிசயப்பட்டுப் போயிருக்கும். ஆனால் டான் டாமியாரின் ஆன்மா, அவள் தன்னுடைய பாத்திரத்தை நடிக்கும்விதத்தைப் பாராட்டியது. டான் டாமியானே பலசமயங்களில் திறமையாக நடித்திருக்கிறான், அதுவும் நடிப்பது அவசியம் அவன் கூறிக்கொள்வதுபோல், "என் நலன்களைப் பாதுகாக்க" என்று ஏற்படும்போது. இப்போது அவன் மனைவி அவள் நலன்களைப் பாதுகாத்துக் கொண்டிருக்கிறாள். டாமியானுக்கு அறுபது வயதுக்குமேல் இருந்தாலும், அவன் மனைவி இன்னும் இளமையாகவும் கவர்ச்சியாகவும் இருந்தாள். அவன் அவளை முதலில் பார்த்தபோது, அவளுக்கு ஒரு காதலன் இருந்தான். தன்னுடைய இறந்துபோன எஜமானின் பொறாமையால், ஆன்மா பல சகித்துக்கொள்ளமுடியாத கணங்களைப் பொறுத்துக் கொள்ள வேண்டியிருந்தது. சில மாதங்களுக்குமுன் நடந்த ஒரு நிகழ்ச்சியை ஆன்மா நினைவுகூர்ந்தது. மனைவி திட்டவட்டமாகச் சொன்னாள்:

"நான் அவனைப் பார்ப்பதை நீ தடுக்கமுடியாது. உன் பணத்திற்காகத் தான் நான் உன்னைக் கல்யாணம் செய்துகொண்டேன் என்பது உனக்கு நன்றாகவே தெரியும்."

அதற்கு டாமியான், தன்னைக் கேலிக்குரியவனாக ஆக்க முடியாது என்ற உரிமையைத்தான் பணம் கொடுத்து வாங்கியிருப்பதாகப் பதில் சொன்னான்.

அது மனத்திற்கு மிகவும் சங்கடமான ஒரு காட்சி - எப்போதும்போல் மாமியார்க்காரி குறுக்கிட்டாள். விவாகரத்து பற்றிய பயமுறுத்தல் கள் வேறு. அதுவும் சில முக்கிய விருந்தாளிகளின் வருகையால் விவாதத்தை முடித்துக்கொள்ள நேரிட்டது என்பது இன்னும் மோசம். மனம்கவரும் புன்னகையோடு, நேர்த்தியான நாகரீகத்தோடு கணவன், மனைவி இருவரும் விருந்தினரை வரவேற்றதின் உண்மையான மதிப்பினை ஆன்மாவால் மட்டுமே உணரமுடிந்தது.

இந்நிகழ்ச்சிகளை நினைவுகூர்ந்தபடி, விளக்கின்மேல் ஆன்மா இருந்தபோது, பாதிரியார் ஓடிஓடி வந்து சேர்ந்தார். இரவுதான் அவர் நோயாளியை பார்த்துச் சென்றார் என்பதாலும், இன்னும் சூரியன் சரியாகக்கூட உதிக்கவில்லை என்பதாலும், ஏன் அந்த நேரத்தில் அவர் அங்கு வரவேண்டும் என்று ஒருவருக்கும் புரியவில்லை. விளக்குவதற்கு அவர் முயற்சி செய்தார்.

"எனக்கு ஒரு உள்ளுணர்வு... டான் டாமியான் பாவ மன்னிப்புக் கேட்காமலேயே இறந்துவிடுவான் என்று அஞ்சினேன்."

மாமியார்க்காரிக்குச் சந்தேகம்.

"ஆனால் ஃபாதர், அவன் நேற்றிரவே பாவ மன்னிப்புக் கேட்கவில்லையா?"

மூடிய கதவுகளுக்குப் பின்னால், பாதிரியார் டான் டாமியானுடன் கிட்டத்தட்ட ஒரு மணிநேரம் தனிமையில் கழித்ததைத்தான் அவள் குறிப்பிட்டாள். எல்லோரும் நோயாளி பாவ மன்னிப்புக் கேட்டு விட்டதாக நினைத்தாலும் உண்மையில் நடந்தது அதுவல்ல. ஆமாம், ஆன்மாவுக்குத் தெரியும் அதுவல்ல என்பது. பாதிரியார் ஏன், இப்படி அகாலநேரத்தில் வந்தார் என்பதும் அதற்குத் தெரியும். அந்த நீண்டநேர பேச்சுவார்த்தையின் பொருளில் ஒரு ஆன்மீக வறட்சி; பாதிரியார், 'நகரில் கட்டப்பட்டுவரும் புதிய சர்ச்சுக்கு டான் டாமியான் ஒரு பெருந்தொகை விட்டுச் செல்லவேண்டும் என்று விரும்பினார். ஆனால் டான் டாமியான், பாதிரியார் விருப்பப்பட்டதைவிட அதிகமான தொகையை விட்டுச்செல்ல விரும்பினான் - ஆனால் ஒரு ஆஸ்பத்திரிக்கு. அவர்கள் முடிவுக்கு வர இயலாதநிலையில், பாதிரியார் விடைபெற்றார். அவர் அறைக்குச் சென்றபோது, தன்னுடைய கைக்கடிகாரம் காணப்படவில்லை என்பதை அவர் கண்டுபிடித்தார்.

இப்போது சுதந்திரமாக இருந்த ஆன்மாவுக்கு, அது இல்லாதபோது நடந்திருந்த நிகழ்ச்சிகளைத் தெரிந்துகொள்ளவும், எல்லோரும் என்ன நினைக்கிறார்கள், என்ன செய்யப்போகிறார்கள் என்பதைப் புரிந்துகொள்ளவும் கூடிய புதிய சக்தி ஏற்பட்டிருந்தது. பாதிரியார் தனக்குத்தானே சொல்லிக்கொண்டது அதற்குத் தெரிந்தது:

"டான் டாமியான் வீட்டில் மணி பார்ப்பதற்காக கடிகாரத்தை எடுத்தது, எனக்கு ஞாபகம் இருக்கிறது. அதை அங்கேயே விட்டிருக்கவேண்டும். எனவே, அவர் திரும்ப வந்ததற்கும், பரமண்டல ராஜ்யத்திற்கும் ஒரு சம்பந்தமும் இல்லை என்பதும் அதற்குத் தெரிந்தது.

“இல்லை, அவன் பாவமன்னிப்புக் கோரவில்லை” மாமியாரை நேராகப் பார்த்தபடி பாதிரியார் கூறினார், “நேற்றிரவு பாவமன்னிப்புக் கேட்பதற்கான தருணம் வாய்க்கவில்லை. எனவே, காலையில் முதல் வேலையாக நான் திரும்ப வரவேண்டும் என்று முடிவுசெய்தோம் பாவமன்னிப்பைக் கேட்பதற்கும்.” அவர் குரலில் கனம் கூடியது. “ஒருவேளை, கடைசிக் காரியங்களை நடத்துவதற்கும் துரதிருஷ்டவசமாக நான் தாமதமாக வந்திருக்கிறேன்.” படுக்கைக்குப் பக்கங்களில் இருந்த இரு கில்ட் மேஜைகளின்மேல் அவர் பார்வை சென்றது, ஏதாவது ஒன்றின்மேல் தன் கடிகாரத்தைப் பார்க்கலாம் என்ற நம்பிக்கையுடன்.

நாற்பது வருடங்களுக்குமேலாக டான் டாமியானுக்கு வேலை செய்த கிழ வீட்டுவேலைக்காரி, நீர் பெருகும் கண்களோடு நிமிர்ந்து பார்த்தாள்.

“அது எந்த மாறுதலையும் ஏற்படுத்தப்போவதில்லை.” அவள் சொன்னாள்: “இப்படிச் சொல்வதற்காக கடவுள் என்னை மன்னிப்பாராக. அவனுக்கு மிகவும் அழகான ஆன்மா இருந்ததால், பாவமன்னிப்புக் கேட்கவேண்டிய அவசியமே அவனுக்கு இல்லை.” அவள் தலையை ஆட்டினாள்.

“டான் டாமியானுடைய ஆன்மா மிகவும் அழகானது.”

இது என்னடா புதுக்கதை! தான் அழகாக இருப்பதாக ஆன்மா கனவில்கூட எண்ணியதில்லை. அதன் எஜமான் தன் வாழ்நாளில் சில அரிய காரியங்களைச் செய்திருந்தாலும், மிகச்சரியாக உடையணிந்த, வங்கி விவகாரங்களில் மிகுந்த சாமர்த்தியம் வாய்ந்த, ஒரு பணக்காரக் கனவானுக்கு நல்ல உதாரணமாக அவர் இருந்திருந்ததால், அவரது ஆன்மாவுக்குத் தன் அழகைப்பற்றியோ இல்லை இருக்கக்கூடிய அசிங்கத்தைப்பற்றியோ நினைக்கக்கூட நேரம் இல்லை. அதன் எஜமானரும் அவரது வக்கீலும் வசிப்பதற்கு வேறு இடம் ஒன்றும் இல்லாத கடன் வாங்கியவனின் வீட்டை அபகரிக்க ஒரு வழி கண்டுபிடித்தபோதும், நகைகள் மற்றும் பணம் (கடைசியாகச் சொன்னது, அவளது படிப்புக்காகவோ அல்லது நோயாளி அம்மாவுக்காகவோ) இவற்றின் உதவியோடு ஏழைகள் வசிக்கும் பகுதியில் இருந்து ஒரு அழகான இளம்பெண்ணை தன்னுடைய படாடோபமான அபார்ட்மெண்ட்டுக்கு வர இணங்க வைத்தபோதும், அதன் எஜமானர் அதை அமைதியாக இருக்கும்படி ஆணையிட்டதை ஆன்மா நினைவுகூர்ந்தது. ஆனால் அது அழகா அல்லது அவலட்சணமா?

அதன் எஜமானரின் ரத்தநாளங்களிலிருந்து அது வெளியேறி சில கணங்களே ஆகியிருக்கும் என்பது ஆன்மாவுக்கு நிச்சயமாகத் தெரிந்தது. எல்லாமே வேகமாகவும், மிகுந்த குழப்பத்திலும் நடந்திருந்ததால் ஒருவேளை, அது நினைத்ததைவிடக் குறைந்த நேரமே கடந்திருக்கலாம்.

நள்ளிரவுக்கு முன்னால் டாக்டர் போகும்போது சொல்லியிருந்தார், "காலை நெருங்கும்போது ஜூரம் அதிகமாகலாம். அப்படி இருந்தால், அவரைக் கவனமாகப் பார்த்து ஏதாவது நடந்தால் எனக்குச் சொல்லி அனுப்புங்கள்."

அது பொரிக்கப்பட்டுக் கொல்லப்படுவதை ஆன்மா அனுமதிக்க வேண்டுமா? அதன் இருப்பின் மையம், அதுதான் சரியான வார்த்தையென்றால், டான் டாமியானின் அனல் பறக்கும் குடல்களுக்கு அருகில் அமைந்திருந்ததால், அது அவன் உடம்பில் தங்கியிருந்தால், பொரிக்கப்பட்ட கோழிக்குஞ்சுபோல் செத்திருக்கும். ஆனால் அது வெளியேறி உண்மையில் எவ்வளவு நேரம் ஆகியிருக்கும்? நிச்சயம் கொஞ்சம்தான். ஏனெனில் விடியற்காலைக் காற்றில் லேசான குளிர் இருந்தும் அது இன்னும் சூடாக உணர்ந்தது. தன்னுடைய கடந்தகால எஜமானின் உட்பகுதிகளுக்கும், விளக்கின் பொஹீமியா கண்ணாடிக்கும் இருந்த வெப்பதட்பநிலை மாற்றம் சொற்பமே என்று ஆன்மா முடிவுசெய்தது. ஆனால் மாற்றமோ, மாற்றமில்லையோ அந்தக் கிழ வேலைக்காரி சொன்ன செய்தி எப்படி? "அழகானது" அவள் சொன்னாள்... அவள் ஒரு உண்மை பேசும் பெண்மணி. தன் எஜமான் பணக்காரன், தாராள மனசுடையவன், முக்கியமானவன் என்பதால் இல்லாமல் அவனை நேசித்ததால் நேசித்தவள். அதைத் தொடர்ந்து கூறப்பட்ட அறிவிப்புக்களில் ஆன்மா சற்று உண்மைக் குறைவைக் கண்டது.

"ஆமாம், அவனுக்கு அழகான ஆன்மா இருந்தது." பாதிரியார் சொன்னார்.

"'அழகானது' என்பது அதை வர்ணிக்கப்போதாது." மாமியார் ஆமோதித்தாள்.

ஆன்மா அவளைப் பார்க்கத் திரும்பியபோது, அவள் தன் கண்களால் அவளது மகளுக்கு ஜாடை செய்துகொண்டிருந்ததைப் பார்த்தது. அந்த ஜாடையில் கட்டளை, வசை இரண்டும் இருந்தன. "முட்டாள், மீண்டும் அழத் தொடங்கு. உன் கணவன் இறந்ததால் நீ மகிழ்ச்சியாக இருக்கிறாய் என்று பாதிரியார் சொல்வதை நீ விரும்புகிறாயா?" என்று கேட்பதுபோல் இருந்தது.

ஜாடையைப் புரிந்துகொண்ட மகள், கண்ணீருடன் ஓலமிட ஆரம்பித்தாள்.

"யாருக்கும் அப்படிப்பட்ட அழகான ஆன்மா எப்போதும் இருந்ததில்லை! டாமியான், உன்னை நான் எவ்வளவு காதலித்தேன்?"

ஆன்மாவால் இதற்குமேல் தாங்கிக்கொள்ள முடியவில்லை: மேலும் ஒரு விநாடிகூட வீணாக்காமல், அது உண்மையிலேயே அழகானதா, இல்லையா என்பதை நிச்சயமாகத் தெரிந்துகொள்ளவும், இந்தப் போலிகளிடமிருந்து விலகிச்செல்லவும் அது விரும்பியது. முழுநீள நிலைக்கண்ணாடி இருந்த பாத்ரூம் இருந்த திக்கை நோக்கி, தரைவிரிப்பில் சத்தமின்றி விழத் தூரத்தைக் கணக்கிட்டபடி அது தாவிக் குதித்தது. அதற்கு எடையுமில்லை, அது கண்ணுக்கும் புலப்படாது என்பது அதற்குத் தெரியவில்லை. யாரும் அதைக் கவனிக்கவில்லை என்று கண்டுபிடித்த சந்தோஷத்தோடு, கண்ணாடி முன் சென்று தன்னைப் பார்த்துக்கொள்ள விரைந்து ஓடியது.

கடவுளே, என்ன நடந்தது? முதலில், கடந்த அறுபது ஆண்டுகளுக்கு மேலாக டான் டாமியானின் கண்கள்மூலமாகப் பார்ப்பதுதான் அதன் வழக்கம். அந்தக் கண்கள் தரையிலிருந்து ஐந்தடி உயரத்தில் இருந்தன; இரண்டாவதாக அவனுடைய களையான முகம், தெளிவான கண்கள், பளபளப்பான வெள்ளை முடி, நெஞ்சை நிமிர்த்திய, தலையை உயர்த்திய அகம்பாவம், அவன் அணிந்திருக்கும் விலையுயர்ந்த ஆடைகள் ஆகியவற்றைப் பார்த்துதான் அதற்குப் பழக்கம். இப்போது அது பார்த்ததற்கும் அவற்றுக்கும் ஒரு சம்பந்தமும் இல்லை. ஆனால் ஒரு வினோதமான, ஒரு அடிகூட உயரமில்லாத, வெளிறிய, மேகம்போல் பழுப்பு நிறமுடைய, நிச்சயமான வடிவமற்ற ஒரு உருவம். டான் டாமியானின் உடம்பைப்போல இரண்டு கால்களும், இரண்டு பாதங்களும் இருக்கவேண்டிய இடத்தில், ஒழுங்கற்ற, சில ஒல்லியானவையாக, ஆனால் எல்லாமே அழுக்கான புகையினாலோ, ஒளி ஊடுருவ முடியாத ஏதோ தொடமுடியாத சகதியினாலோ செய்யப்பட்ட ஆக்டோபஸ்ஸின் உணர்கொம்புகளைப் போன்ற அருவருப்பான உணர்கொம்புகளின் கும்பல்தான் இருந்தது. அவை தொய்ந்தும், தளர்ந்தும், சக்தியில்லாமலும், மகா அசிங்கமாகவும் இருந்தன.

டான் டாமியானின் ஆன்மா தொலைந்துவிட்டதுபோல் உணர்ந்தது. இருந்தாலும், துணிச்சலை வரவழைத்துக்கொண்டு இன்னும் உயரே பார்த்தது. அதற்கு இடுப்பு இல்லை. உண்மையில் அதற்கு உடம்போ, கழுத்தோ எதுவும் இல்லை. உணர்கொம்புகள் இணையும் இடத்தில், அழுகிப்போன ஒரு துண்டு ஆப்பிள் தோல் போல் ஒரு பக்கமாகத் துருத்திக்கொண்டு காதுபோன்ற ஒன்றும், மறுபக்கத்தில் சில நெளிந்த, சில நேரான புதர்போன்ற கடினமான மயிர்க்கற்றைகளும் இருந்தன. இதுவோ, இதிலிருந்து வெளிவந்த வினோதமான சாம்பல் மஞ் சள்நிற வெளிச்சமோகூட மோசமில்லை. ஆனால் அதன் வாய், ஒரு அழுகிய பழத்தில் போடப்பட்ட வடிவமற்ற ஓட்டைபோல் குழியாக இருந்தது. பயங்கரமான, அருவருப்பான ஒரு விஷயம்...

இந்தக் குழியின் ஆழத்தில் அதன் கண், அதற்கிருந்த ஒரே கண், நிழலின் ஆழத்திலிருந்து பயத்துடனும், துரோகத்துடன் வெறித்துப் பார்த்துக்கொண்டிருந்தது! ஆனால் அடுத்த அறையில் டாமியானின் பிணம்கிடந்த படுக்கையைச் சுற்றி இருந்த பெண்களும், பாதிரியாரும், அவனுக்கு அழகான ஆன்மா இருந்ததாகச் சொன்னார்கள்!

"இப்படிப்பட்ட உருவத்தோடு நான் எப்படித் தெருவுக்குப் போக முடியும்?" குழப்பமென்ற இருண்ட குகையில் துழாவியபடி அது தன்னைக் கேட்டுக்கொண்டது.

அது என்ன செய்யவேண்டும்? வாசல்மணி அடித்தது. பிறகு நர்ஸ் சொன்னாள்:

"டாக்டர்தான், மேடம், நான் அவரை உள்ளே அழைக்கிறேன்."

உடனே டான் டாமியானின் மனைவி, தன் இறந்துபோன கணவனை அழைத்தும், அவன் அவளைக் கொடூரமான தனிமையில் விட்டுச் சென்றதைக் குறித்தும் மீண்டும் ஓலமிட ஆரம்பித்தாள்.

அதன் உண்மையான உருவத்தின்முன் செயலற்றுப்போய் நின்று கொண்டிருந்த ஆன்மாவுக்கு அதன் கதை முடிந்தது என்று தெரிந்தது. டான் டாமியானது நெடிய உடலுக்குள் தஞ்சம் புகுந்து ஒளிந்துகொள்வது அதற்கு வழக்கமாயிருந்து வந்தது. அவன் குடல்களின் சகிக்கமுடியாத நாற்றம், அவன் வயிற்றின் சூடு, அவனுடைய குளிர் மற்றும் ஜுரங்களின் வேதனைகள் இவை எல்லாவற்றிற்கும் அது பழகியிருந்தது. டாக்டரின் முகமனையும், மாமியாரின் அழுகுரலையும் அப்போது அது கேட்டது:

"ஓ டாக்டர், எப்படிப்பட்ட துயரம் இது!"

"ஒன்றுமில்லை, இப்போது எல்லோரும் நிதானமாயிருங்கள்."

ஆன்மா இறந்தவனின் அறைக்குள் எட்டிப் பார்த்தது. பெண்களெல்லோரும் படுக்கையைச்சுற்றி கூடியிருந்தனர். பாதிரியார் கால்மாட்டில் ஜபம் செய்துகொண்டிருந்தார். ஆன்மா தூரத்தைக் கணக்கெடுத்தபடி, மிக எளிதாக - அதற்கு இப்படி ஒரு திறமை இருப்பது அதற்கே தெரியவில்லை - குதித்து, காற்றால் செய்யப்பட்ட ஒரு பொருள்போல், சப்தமில்லாமல், கண்ணுக்குத் தெரியாமல் உலவக்கூடிய வினோத மிருகம்போல், தலையணையில் விழுந்தது. டான் டாமியான் வாய் இன்னும் பாதி திறந்தே இருந்தது. ஐஸ்போல் அது குளிர்ந்திருந்தாலும், அது முக்கியமான விஷயமல்ல. ஆன்மா உள்ளே விழுந்து, தன் உணர்கொம்புகளை அந்தந்த இடங்களில் திணிக்க ஆரம்பித்தது. அது குடியேறிக் கொண்டிருக்கும்போதே, டாக்டர், மாமியாரிடம் சொல்வதைக் கேட்டது:

"தயவுசெய்து, ஒரு நிமிஷம் பொறுங்கள்."

அவ்வளவாகத் தெளிவாக இல்லாவிட்டாலும், ஆன்மாவால் டாக்டரை இன்னும் பார்க்கமுடிந்தது. அவர் டான் டாமியானின் உடலை நெருங்கி, அதன் மணிக்கட்டைத் தூக்கி, பரபரப்பு அடைந்தவர்போல், தன் காதை அவன் நெஞ்சின்மேல் கொஞ்ச நேரம் வைத்தார். பிறகு தன் பையைத் திறந்து, அதிலிருந்து ஒரு ஸ்டெதாஸ்கோப்பை எடுத்தார். மிக நிதானமாக அதன்மேல் இரு முனைகளையும் காதுகளில் பொருத்திக்கொண்டு மறுமுனையை டான் டாமியானின் இதயம் இருந்த இடத்திற்குமேல் வைத்தார். மேலும் பரபரப்படைந்தவராய், ஸ்டெதாஸ்கோப்பை எடுத்து வைத்துவிட்டு, ஒரு ஊசியின் பீச்சாங்குழலை எடுத்து, நர்ஸிடம் அதை நிரப்பச் சொல்லிவிட்டு, வியப்பூட்டக்கூடிய ஒரு தந்திரத்தைச் செய்யப்போகும் ஒரு மந்திரவாதிபோல, டான் டாமியானின் முழங்கைக்குமேல் ஒரு சிறிய ரப்பர் குழலை இறுக்கிக் கட்டினார். இத் தயாரிப்புகள் கிழவேலைக்காரியை பதட்டம்கொள்ள வைத்தன.

"பாவம், அது இறந்துவிட்டதென்றால், நீங்கள் ஏன் இதையெல்லாம் செய்யவேண்டும்?"

டாக்டர் அவளைப் பெருமிதத்தோடு உற்றுப்பார்த்துச் சொன்னது, அவளுக்கு மட்டுமல்ல; அங்கிருந்த எல்லோருக்கும்தான் என்பது போல் இருந்தது.

"விஞ்ஞானம் விஞ்ஞானம்தான். டான் டாமியானுக்கு உயிர் கொடுக்க என்னால் இயன்றவற்றைச் செய்யவேண்டியது என் கடமை. அவன் ஆன்மாபோன்று அழகானதை நீங்கள் அவ்வளவு எளிதாக எல்லா இடத்திலும் பார்க்க முடியாது. நாம் எல்லாவிதத்திலும் முயற்சிக்காமல் அவனை நான் சாகவிட முடியாது."

மிக அமைதியுடனும், தோரணையுடன் பேசப்பட்ட இந்தச் சிறிய பேச்சு, மனைவியை பாதித்தது. அவள் கண்களில் பயத்தின் பளபளப்பையும் குரலில் ஒருவித நடுக்கத்தையும் கவனிப்பது கஷ்டமாக இல்லை.

"ஆனால்... அவன் இறக்கவில்லையா?"

ஆன்மா அனேகமாக அதன் உடம்பில் நுழைந்துவிட்டது. மூன்று உணர்கொம்புகள் மாத்திரமே அவை பல வருடங்களாகக் குடியிருந்த பழைய ரத்த நாளங்களுக்காக துழாவிக் கொண்டிருந்தன. ஆன்மா தன் உணர்கொம்புக்களை அவற்றின் இடங்களில் பொருத்துவதில் மிகவும் கவனத்துடன் ஈடுபட்டிருந்தாலும் அந்தக் கவலை ததும்பிய கேள்வி அதற்குக் கேட்டதைத் தடுக்க முடியவில்லை.

டாக்டர் பதில் சொல்லவில்லை. டான் டாமியானின் முன்னங்கையை எடுத்துத் தன் கையால் அதைத் தேய்க்கத் தொடங்கினார். உயிரின் சூடு தன்னைச் சூழ்வதையும், தன்னை ஊடுருவுவதையும், எரிந்துபோவதிலிருந்து தப்பிக்கத்தான் விட்டுச் சென்ற ரத்த நாளங்களில் நிரம்புவதையும், ஆன்மா உணர்ந்தது. அதே கணத்தில், டாக்டர் ஊசியைக் கையில் இருந்த ஒரு ரத்த நாளத்தில் குத்தி, முழங்கைக்கு மேலிருந்த கட்டை அவிழ்த்து மருந்தை உள்ளே செலுத்த ஆரம்பித்தார்.

உயிரின் சூடு கொஞ்சம் கொஞ்சமாக மென்மையான அலைகளாக டான் டாமியானின் தோலில் படர ஆரம்பித்தது.

"அற்புதம்" பாதிரியார் முணுமுணுத்தார். அவர், திடீரென்று வெளிறிப் போனார். தன் கற்பனையை கட்டுக்கடங்காமல் ஓட விட்டார். புதிய சர்ச்சுக்கு இப்போது நிச்சயமாகப் பணம் கிடைக்கும். அவன் குணமாகிக்கொண்டு வரும்போது, எப்படி அவனுக்காக அவர் செய்த பிரார்த்தனை அவனை மரணத்திலிருந்து மீட்டு வந்தது என்பதை அவர் சுட்டிக்காட்டுவார். அவர் அவனிடம் சொல்வார்:

"பரமபிதா என் பிரார்த்தனையைக் கேட்டார், டான் டாமியான், உன்னை எங்களுக்குத் திருப்பிக் கொடுத்தார்." இதன்பின் அவன் எப்படி பணம் கொடுக்காமலிருக்க முடியும்?

அதேபோல், மனைவியும் திடீரென்று தன் மூளை வெறுமையாகி விட்டதுபோல் உணர்ந்தாள். தன் கணவனின் முகத்தைத் தவிப்புடன் பார்த்துவிட்டு அவள் அம்மாவைப் பார்த்தாள். இருவரும் அதிர்ச்சியடைந்து ஊமைகளாய், பீதியில் அனேகமாக உறைந்துபோயிருந்தனர்.

ஆனால் டாக்டர் புன்னகை புரிந்துகொண்டிருந்தார். தன்னைப் பற்றி அசாத்தியமான திருப்தி அவருக்கு இருந்தும், அதை வெளிக்காட்டாதிருக்க முயன்றுகொண்டிருந்தார்.

"அவர் காப்பாற்றப்பட்டார், அவர் காப்பாற்றப்பட்டார்," கிழ வேலைக்காரி அரற்றினாள்,

"கடவுளுக்கும், உமக்கும் நன்றி." அவள் அழுதபடி டாக்டரின் கைகளைப் பற்றிக்கொண்டிருந்தாள்.

"அவர் காப்பாற்றப்பட்டார், மீண்டும் உயிருடன் இருக்கிறார். நீங்கள் செய்ததை டான் டாமியான் ஒருநாளும் பணத்தால் ஈடுசெய்ய முடியாது."

டான் டாமியானிடம் தனக்குக் கொடுப்பதற்குப் போதுமான அளவும், அதற்குமேலும் பணம் இருக்கிறதென்று நினைத்துக் கொண்டிருந்த டாக்டர், சொன்னது அதுவல்ல. அவர் சொன்னது:

"அவனிடம் ஒரு பைசாகூட இல்லாமலிருந்தாலும், நான் செய்த அதே காரியத்தைத்தான் செய்திருப்பேன். அவனுடையதைப் போல் அழகான ஒரு ஆன்மாவைக் காப்பாற்றுவது என் கடமை, சமூகத்திற்கு என் கடமை."

அவர் வேலைக்காரியுடன் பேசிக்கொண்டிருந்தாலும், அவர் கூறியது மற்றவர்களுக்காகத்தான், அவர்கள் அவர் கூறியதை நோயாளி குணமானவுடன் அவனிடம் திருப்பிச்சொல்லி அவன் அதற்கு ஏதாவது செய்யலாம் என்ற நம்பிக்கையில்தான்.

பல பொய்களைக் கேட்டு அலுப்படைந்த டான் டாமியானின் ஆன்மா தூங்க முடிவுசெய்தது. ஒரு கணத்திற்குப்பின் டான் டாமியான் பலஹீனமாகப் பெருமூச்சுவிட்டு தலையணையில் தன் தலையை அசைத்தான்.

"அவர் இப்போது மணிக்கணக்காகத் தூங்குவார்." டாக்டர் கூறினார். "அவருக்கு முழு அமைதி தேவை."

நல்ல உதாரணத்தைக் காட்டுவதற்காக அவரே அறையிலிருந்து அடிமேல் அடியெடுத்து வைத்து வெளியேறினார்.

தமிழில்- த.சு. நாகராஜன்

## காடேமாலா (GUATEMALA)

### ரோட்ரிகோ ரே ரோஸா (Rodrigo Rey Rosa)

இவரது முதல் சிறுகதைத் தொகுப்பு The Beggar's Knife, 1988-ம் ஆண்டு வெளியாகியது. வேகமாக வளர்ந்துவரும் புதிய எழுத்தாளர்களில் இவரும் ஒருவர்,

தொடர்பில்லா சந்தர்ப்பங்கள், நம் மனம் விரும்பும் சாட்சியங்களை எப்படி உருவாக்குகின்றன, அவை பொய்யான நம்பிக்கைகளை வாழ்க்கையில் நாம் வளர்த்துக்கொள்ள எப்படிக் காரணமாகின்றன என்பதை எளிய நடையில், ஒரே ஒரு சம்பவத்தின் துணைகொண்டு அழகாகச் சொல்கிறது இக்கதை.

# நிரூபணம்
## (THE PROOF)

ஒருநாள் இரவு, தன்னுடைய பெற்றோர்கள் ஏதோ ஒரு பிறந்த நாள் பார்ட்டியிலிருந்து திரும்பி வந்துகொண்டிருக்கும்போது மிகேல், உள் அறைக்குச் சென்று சிறிய பாடும் மஞ்சள்பறவைக் கூண்டின்முன் நின்றான். அதை மூடியிருந்த துணியை அகற்றிச் சிறிய கதவைத் திறந்தான். பயத்துடன் கைகளைக் கூண்டிற்கு உள்ளேவிட்டுப் பிறகு, பறவையின் தலை மட்டும் தன் விரல்களுக்கு வெளியே துருத்திக் கொண்டிருக்கும்படி முஷ்டியை மடக்கி வெளியே இழுத்தான். நீண்டகாலம் நோயுற்ற ஒருவரின் விரக்தியுடன் கூண்டை சுத்தம் செய்து மேலும் தானியங்கள் போடப்போகிறார்கள் என்று நினைத்துக்கொண்டதுபோல் அது, அனேகமாக எதிர்ப்பின்றித் தன்னைப் பிடித்துக்கொள்ளுமாறு விட்டுவிட்டது. ஆனால் ஒரு சகுனத்தைத் தேடுபவன்போல் மிகேல் அதை ஆவல்மிக்க கண்களால் பார்த்துக்கொண்டிருந்தான்.

வீட்டின் எல்லா விளக்குகளும் போடப்பட்டன. ஒவ்வொரு மூலையிலும் தயங்கியவாறு, மிகேல் எல்லா அறைகளிலும் புகுந்து வந்தான்.

நீ எங்கிருந்தாலும் கடவுள் உன்னைப் பார்த்துவிடமுடியும், மிகேல் தனக்குத்தானே சொல்லிக்கொண்டான். ஆனால் அவரை அழைப்பதற்குப் பல இடங்கள் பொருத்தமானவை இல்லை. கடைசியில், இருட்டாக இருக்கும் என்பதால் மது சேகரிக்கும் நிலவறையைத் தேர்ந்தெடுத்தான். மடக்கிய விரல்களில் பறவையுடன் (முழங்கால்களுக்கிடையே கையை வைத்துக்கொண்டு) இந்தியர்களும் காட்டுமிராண்டிகளும் செய்வதுபோல், உயர்ந்த கூரையின்கீழ் தவழ்ந்து சென்றான். இருளில் கண்களைச் செலுத்தியவாறு அந்த வினாடியில் அது சிவப்பாகத் தெரிந்தது - தாழ்ந்த குரலில் சொன்னான்: "கடவுளே, நீ இருந்தால், இந்தப் பறவைக்கு மீண்டும் உயிர் கொடு." பேசிக்கொண்டே, மென்மையான எலும்புகள் உடைவதையும், அந்தச் சிறுஉடம்பில்

வழக்கமற்ற விறைப்பையும் தன் விரல்கள் உணரும்வரையில் அவன் தன் முஷ்டியை மெதுவாக இறுக்கினான்.

தன்னையும் அறியாமல், பறவைக்கூண்டுகளை கவனித்துக்கொள்ளும் வேலைக்காரி மரியா லூயிஸாவைப்பற்றி நினைத்தான். சிறிது நேரம் கழித்து, கடைசியில் தன் கையைத் திறந்தபோது, தன் முதுகின்மேல் இன்னொரு பெரிய கரம் - பயத்தின் கரம் - வைக்கப்பட்டிருப்பதுபோல் இருந்தது. பறவைக்கு மீண்டும் உயிர் வராது என்று உணர்ந்தான். கடவுள் இல்லையென்றால் அவரது தண்டனைக்கு அஞ்சுவது முட்டாள்தனமானது. ஒரு வெறுமையை விட்டுவிட்டு, கடவுளின் பிம்பமும் அவரைப்பற்றிய எண்ணமும் அவன் மனத்திலிருந்து அகன்றன. பிறகு ஒரு கணம், தீமையின் உருவை, சாத்தானின் உருவை நினைத்தான். ஆனால் அவனிடம் ஏதும் கேட்கும் துணிவு இல்லை.

தலைக்குமேல் கார்ஷெட்டிற்கு கார் போகும் ஓசையைக் கேட்டான். இப்போது அவனது பயம் இந்த உலகத்தோடு தொடர்புகொண்டது. அவனுடைய பெற்றோர்கள் திரும்பிவிட்டார்கள். அவர்களது குரலையும், கார்க் கதவுகள் அறைந்து சாத்தப்படுவதையும், கருங்கல் தரையில் ஒரு பெண்ணின் காலடி ஓசையையும் அவன் கேட்டான். இருட்டில் தன்னுடைய சோர்ந்த உடம்புடன் தரையில் பெயர்ந்துபோன ஒரு செங்கல்லைத் தேடி அதைப் பறவையின்மீது வைத்தான். பிறகு முன்கதவு மணி அடிப்பதைக் கேட்டு தன் பெற்றோர்களைப் பார்க்க மாடிக்கு ஓடினான்.

'எல்லா விளக்குகளும் போட்டிருக்கிறதே' என்றவாறே அவன் அம்மா, அவனை முத்தமிட்டாள்.

'கீழே என்ன செய்துகொண்டிருந்தாய்?' என்று அவன் அப்பா கேட்டார்.

தன்னுடைய மகனின் பயத்தால் ஓரளவு ஆச்சரியமடைந்தவளாக விளக்குகளை அணைத்தவாறு, அவன் அம்மா வீட்டினுள் சென்றாள். அன்று இரவு, அதற்குமுன் அவன் அறிந்திராத, தூக்கமின்மையை முதல்முறையாக மிகேல் அனுபவித்தான். தூக்கமின்மை அதிலிருந்து மீளமுடியாதென்ற பயத்தை அவனுக்கு ஏற்படுத்தியது. ஒரு அசைவேயற்ற பயம்: காலிக்கூண்டும், செங்கல்லுக்குக் கீழே இறந்த பறவையும்.

நீண்டநேரம் கழித்து முன்கதவு திறப்பதையும் கீழே காலடிகளின் சத்தத்தையும் மிகேல் கேட்டான். பயத்தில் செயலிழந்து தூங்கிவிட்டான். வேலைக்காரி மரியா லூயிஸா வந்துவிட்டாள். அப்போது ஏழு மணி; இன்னும் இருட்டாகவே இருந்தது. அடுப்பறை விளக்கைப் போட்டுவிட்டு, தன் கூடையை மேஜையின்மீது வைத்துவிட்டு வழக்கப்படி, சத்தம் எழுப்பக்கூடாதென்பதற்காகத் தன் செருப்புகளைக் கழற்றினாள். உள்

அறைக்குச் சென்று பறவைக்கூண்டை திறந்து பார்த்தாள். சிறிய கதவு திறந்து கூண்டு காலியாக இருந்தது. தன்முன் தொங்கிக்கொண்டிருந்த கூண்டைப் பார்த்ததும், கணநேரப் பதட்டத்திற்குப் பின், சுற்றிலும் பார்த்துவிட்டு, கூண்டை மீண்டும் மூடிவிட்டு அடுப்பறைக்குத் திரும்பினாள். மிக கவனமாக செருப்புகளையும் கூடையையும் எடுத்துக்கொண்டு வெளியே சென்றாள்.

வீட்டின் பார்வையிலிருந்து அகன்றதும் சந்தை இருக்கும் திசையில், அங்கு இன்னொரு சிறிய பாடும்பறவை கிடைக்கும் என்ற நம்பிக்கையில் ஓடத் தொடங்கினாள். தன்னுடைய கவனமின்மையால் தப்பிச் சென்றுவிட்ட பறவைக்குப் பதில் இன்னொன்றை அங்கு வைக்கவேண்டும்.

ஏழேகால் மணிக்கு மிகேலின் அப்பா எழுந்தார். கீழே அடுப்பறைக்குச் சென்று, மரியா லூயிஸா இன்னும் வராததில் ஆச்சரியமடைந்து, தானே ஆரஞ்சுச்சாறு பிழிந்துகொள்ள முடிவு செய்து, ஆரஞ்சுகளை எடுக்கக் கீழே நிலவறைக்குச் சென்றார். கைநிறைய ஆரஞ்சுகளுடன் மேலே அடுப்பறைக்குச் செல்லும் முன் தோள்பட்டையால் சுவிட்சை அணைக்க முயன்றார்.

கையிலிருந்த ஒரு ஆரஞ்சு விழுந்து தரையின் குறுக்காக ஒரு மூலைக்கு ஓடியது. விளக்கை மீண்டும் போட்டார். ஆரஞ்சுகளை ஒரு நாற்காலியின்மேல் வைத்துவிட்டு, ஒரு டிரஸ்ஸிங் கவுனை எடுத்து அதை பை போலாக்கி ஆரஞ்சுகளை அதில் போட்டு விட்டு, மூலையில் இருந்த ஆரஞ்சை எடுப்பதற்காகப் போனார். செங்கல்லுக்குக்கீழே பறவையின் சிறகு நீட்டிக்கொண்டிருப்பதைப் பார்த்தார். அவருக்கு என்ன நடந்திருக்கும் என்பதை, எளிதாக இல்லையென்றாலும், யூகிக்கமுடிந்தது. குழந்தைகள் கொடூரமானவர்கள் என்பது எல்லோருக்கும் தெரிந்ததுதான், என்றாலும் தான் எப்படி நடந்துகொள்ளவேண்டும் என்று அவருக்குத் தெரியவில்லை. தலைக்குமேல் அவருக்கு மனைவியின் காலடியோசை கேட்டது. தன்னுடைய மகனைப்பற்றி வெட்கமடைந்தார். அதேசமயம், தாங்களும் அவனுக்கு உடந்தை என்ற உணர்வும் அவருக்கு ஏற்பட்டது. தன்னுடையது போன்று அவர் அவமானத்தையும் குற்றத்தையும் மறைக்கவேண்டியிருந்தது. செங்கல்லை நீக்கி, டிரஸ்ஸிங் கவுனுக்குள் பறவையைப் போட்டுக் கொண்டு அடுப்பறைக்குச் சென்றார். உடனே மேலே தனது அறைக்குக் குளித்து உடைமாற்றச் சென்றார்.

சிறிதுநேரம் கழித்து, வீட்டைவிட்டு வெளியே செல்லும்போது கூடைக்குள் புதிய பறவையை ஒளித்துவைத்தவாறு வரும் மரியா லூயிஸாவைச் சந்தித்தார். அவள் அவருக்கு வினோதமான முறையில்

வணக்கம் சொன்னதை அவர் கவனிக்கவில்லை. அவர் மன அமைதியற்றிருந்தார். பைக்குள்ளிருந்த கை பறவையைப் பற்றியிருந்தது.

மரியா லூயிஸா வீட்டிற்குள் நுழையும்போதே, மிகேலின் அம்மாவின் குரல் கேட்டது. தரையின்மீது கூடையை வைத்துவிட்டு, பறவையை வெளியே எடுத்து கூண்டிற்குள் விடுவதற்காக ஓடி, மிகுந்த ஆசுவாசத்துடனும் வெற்றி உணர்வுடனும் அதைத் திறந்தாள். ஆனால், திரைகளை விலக்கி, சூரியனின் ஒளிக்கதிர்கள் அந்த அறையை வெளிர் நிறமாக்கியபோதுதான் அதற்கு ஒரு கால் கருப்பாக இருப்பதைப் பார்த்து அவள் அதிர்ச்சியடைந்தாள்.

மிகேலை எழுப்பவே முடியவில்லை. அவன் அம்மா, அவனை பாத்ரூமுக்குத் தூக்கிச் சென்று தண்ணீரைத் திறந்துவிட்டுப் பின் தன் ஈரக் கைகளால் அவனை முகத்தில் தட்டவேண்டியிருந்தது. மிகேல் கண்களைத் திறந்தான். அவனுக்கு உடையணிய உதவிசெய்து அவன் கீழே இறங்கிவர அவள் உதவிசெய்தாள். சமையலறை மேஜையில் அவனை உட்காரச் செய்தாள். சிறிதளவு ஆரஞ்சு ஜூஸ் குடித்தபின் ஒருவழியாக அவனுக்குத் தூக்கம் அகன்றது. சுவர்க்கடிகாரத்தில் மணி ஏழேமுக்கால் காட்டியது; சிறிதுநேரத்தில் மரியா லூயிஸா உள்ளே வந்து ஸ்கூல் பஸ் நிற்கும் முனைக்கு அழைத்துச்செல்வாள். அவன் அம்மா அறையைவிட்டுச் சென்றபோது, நாற்காலியிலிருந்து குதித்து மிகேல் நிலவறைக்கு ஓடிச்சென்றான். விளக்கைப் போடாமலே மூலையிலிருந்த செங்கல்லைத் தேடிச் சென்றான். பிறகு கதவுப்பக்கம் வேகமாகச் சென்று விளக்கைப் போட்டான். ரத்தம் தலைக்கேற, மூலைக்குத் திரும்பி செங்கல்லை எடுத்துப் பறவை அங்கே இல்லை என்பதைப் பார்த்தான்.

சமையலறையில் மரியா லூயிஸா அவனுக்காகக் காத்திருந்தாள். அவன் அவளைத் தவிர்த்து உள் அறைக்கு ஓடினான். அவள், அவன் பின் விரைந்தாள். அறைக்குள் நுழைந்து கூண்டிற்குள் பறவை அங்குமிங்கும் குதித்துக்கொண்டிருப்பதை ஜன்னல்வழியாகப் பார்த்ததும் திடீரென்று நின்றான். மரியா லூயிஸா மட்டும் முன் கதவுப்பக்கம் அவனை இழுத்துச் சென்றிருக்கவில்லை என்றால் அவன் நிச்சயப்படுத்திக்கொள்ள இன்னும் அருகே சென்றிருப்பான்.

வேலை செய்யும் ஃபாக்டரிக்குப் போகும்வழியில், அன்றிரவு வீடு திரும்பியதும் தன்னுடைய மகனுக்கு என்ன சொல்வதென்று அப்பா யோசித்துக் கொண்டிருந்தார். சாலை வெறுமையாக இருந்தது. சீதோஷ்ணம் வழக்கமானதாக இல்லை: தட்டையான மேகங்கள் வானத்தில் படிக்கட்டுகள்போலிருந்தன, அடிவானத்துக்கருகே பனியும் வெளிச்சமும் திரைபோட்டிருந்தன.

ஜன்னல் கதவைத் திறந்து, கார் ஒரு ஆழமான பள்ளத்தின்மேல் பாலத்தைக் கடக்கும்போது, ஸ்டீயரிங்கிலிருந்து எடுத்த ஒரு கையால் சிறிய பறவையின் உடலை எடுத்து வெளியே தூக்கி வீசினார்.

நகரில், ஒரு முனையில் பஸ்ஸிற்காகக் காத்திருந்தபோது தனக்கு அளிக்கப்பட்ட நிரூபணம்பற்றி மிகேல் கூறியதை மரியா லூயிஸா கேட்டுக்கொண்டிருந்தாள். தெருக்கடைசியில் பஸ் சிறியதாகத் தோன்றியது. மரியா லூயிஸா லேசாகச் சிரித்தாள். 'ஒருவேளை அது நீ நினைக்கும் பறவையாக இல்லாமல் இருக்கலாம்' என்று புதிரான குரலில் மிகேலிடம் சொன்னாள். 'நீ அதை நன்றாகப் பார்க்க வேண்டும். அதற்கு ஒரு கால் கருப்பாக இருந்தால் அது சாத்தானால் அனுப்பப்பட்டதாக இருக்கவேண்டும். முகம் இறுக, மிகேல் அவளை வெறித்துப் பார்த்தான். அவள், அவனை தோள்களைப் பிடித்துத் திருப்பினாள். பஸ் வந்துவிட்டது. அதன் கதவு திறந்தது. மிகேல் படியில் ஏறித் திரும்பிப் பார்த்தான். 'அழுக்குப்பிடித்த சைத்தானே!' என்று கத்தினான்.

டிரைவர் ஸ்டார்ட் செய்தார். மிகேல் ஓடிச்சென்று பஸ்ஸின் பின் வரிசையில் ஜன்னலருகே உட்கார்ந்தான். டயர்கள் கீறிச்சிட்டன, ஹார்ன் அடித்தது. மிகேல், தன் அப்பாவின் காரின் பிம்பத்தை கற்பனை செய்தான்.

பள்ளிக்கூடத்திற்கு முந்திய கடைசி நிறுத்தத்தில் குறுகிய கண்களுடைய ஒரு பருமனான பையனை, பஸ் ஏற்றிக்கொண்டது. 'எல்லாம் எப்படி இருக்கு?' உட்கார்ந்தவாறே பையன் கேட்டான்.

மிகேலும் அவனது நண்பனும் கடவுளின் அளவற்ற சக்திபற்றி பேசிக்கொண்டிருக்க பஸ் பாப்லார் மர வரிசைகளுக்கிடையே ஓடியது.

தமிழில்- **விஜயகுமார்**

லத்தீன் அமெரிக்கச் சிறுகதைகள்

## நிகாரகுவா (NICARAGUA)
### ஃபெர்னான்டோ ஸில்வா (Fernando Silva)

இவர் ஒரு மருத்துவர், கவிஞர், சிறுகதை எழுத்தாளர். நிகாரகுவாவின் வாழ்க்கைமுறையைப் பிரதிபலிக்கும் இவரது சிறுகதைகள் Cuentes, Editorial Nueva Nicaragua-வால் 1985-ம் ஆண்டு வெளியிடப்பட்டது.

நிகாரகுவாவில் மதம், இனம், அதிகாரம் இவைகளுக்கிடையில் இருக்கும் உறவையும், நிலவும் சூழலையும் சூட்சுமமாக இக்கதையில் சொல்கிறார்.

# மூவருக்கான கோழிக்குஞ்சு
(CHICKEN FOR THREE)

அந்த சார்ஜெண்ட், தனது நாற்காலியிலிருந்து எழுந்து, அந்த இந்தியன்மீது சற்றுக் கடினமான பார்வையைச் செலுத்தினான்.

'அப்படியானால், நீதான் பாதிரியார் ஹிலாரியோவின் கோழிக் குஞ்சுகளைத் திருடியிருக்கிறாய். இல்லையா?' என்றான், அவன்.

அந்த இந்தியன் தரையைப் பார்த்தான். சார்ஜெண்ட், நாற்காலியை தள்ளிவிட்டுத் துள்ளினான்.

'பாதிரியாரிடமிருந்து திருடுவது பாவம் என்று, இந்த இந்தியனுக்குத் தெரியாது' என்று, ஒரு கட்டு காகிதங்களைத் தன் கையில் வைத்துக்கொண்டு அவனுக்கு அருகில் நின்றிருந்தவனிடம் அவன் கூறினான். அந்த மனிதன் சிரித்தான்.

முகத்தில் தீவிரமான பாவத்துடன், 'இது சிரிக்கக்கூடிய விஷயமல்ல' என்றான், சார்ஜெண்ட். 'இதோ பார்' என்று விரலை இந்தியனை நோக்கி ஆட்டியவாறு கூறினான்: 'உன்னை உள்ளேவைத்துப் பூட்டி, பாதிரியாரிடமிருந்து திருடிய ஒவ்வொரு கோழிக்குஞ்சுக்கும் நீ பணம் செலுத்துமாறு செய்யப்போகிறேன்.'

இந்தியனின் கண்கள் சார்ஜெண்டை ஏறிட்டு நோக்கின. 'நான் ஒன்றும் அந்தக் கோழிக்குஞ்சுகளைச் சாப்பிடவில்லை.' முகச் சுழிப்புடன் அவன் மறுத்தான்.

'நல்லது, பின் யார் செய்தது?' என்று சார்ஜெண்ட் அவனிடம் அழுத்திக் கேட்டான்.

'நரியாக இருக்கலாம். இல்லை...' என்றான் இந்தியன்.

இந்த முறை, சார்ஜெண்ட் சிரித்தான். "ஹா ஹா அப்படியென்றால் அது ஒரு நரி. இல்லையா? இங்கே சுற்றிக்கொண்டிருக்கும் ஒரே

நரி நீதான். ஆமாம். கருப்பு முடியுடைய ஒரு சாமர்த்தியமான நரி. இல்லையா?"

"ஆனால்... அது உண்மைதான்," என்று பசப்பினான்.

இந்தியன், 'என்னை முட்டாளாக்க முயற்சி செய்யாதே. நீ கோழிக் குஞ்சுகளை தூக்கிக்கொண்டு சென்றதைப் பார்த்ததற்கு சாட்சிகள் உள்ளனர்.'

'அவை பாதிரியாரின் பறவைகள் அல்ல.'

'பின், அவை யாருடையவை?'

'அது...... எப்படியிருந்தாலும் அவை கோழிக்குஞ்சுகளேயில்லை. அவை இறகுகளின் கொத்தைத் தவிர வேறொன்றுமில்லை.'

'என்ன இறகுகள்?'

'நான் அந்தப் பக்கமாக நடந்து சென்றுகொண்டிருந்தேன், தெரிகிறதா... அப்போது அந்த இறகுகளையெல்லாம் பார்த்தேன்... 'ஆஹா' எனக்கு நானே சொல்லிக்கொண்டேன், 'இவற்றை தலையணைக்கு உபயோகப்படுத்திக் கொள்ளலாமே!' எனவே, நான் அவற்றைப் பொறுக்கி எடுத்தேன். அப்போது அந்தப் பாதிரியார் - அவர் தன்னுடைய கோழிக்குஞ்சுகளைத் தேடிக் கொண்டிருந்திருக்க வேண்டும் - என்னைக் கண்டு கத்தினார்: "ராமோன், கையும் களவுமாக மாட்டிக்கொண்டாய்! என்னுடைய கோழிக்குஞ்சுகளை திருடிக் கொண்டிருக்கிறாய்!", "என்ன கோழிக்குஞ்சுகள்?" நான் அவரிடம் கேட்டேன்: "இவை வெறும் இறகுகளின் கொத்து மட்டுமே என்பது உங்களுக்குத் தெரியவில்லையா?" "இருக்கலாம். ஆனால் அவை என்னுடைய கோழிக்குஞ்சுகளின் இறகுகள்." பாதிரியார் என்னிடம் சொன்னார்: 'இப்படித்தான் நடந்தது சார்ஜெண்ட், சத்தியமாகச் சொல்கிறேன்'.

சார்ஜெண்ட் கதவருகே நடந்துசென்றான். வெளியே மழை கொட்டிக் கொண்டிருந்தது. இந்த இந்தியன் முட்டாளல்ல அவன் நினைத்துக் கொண்டான்.

பாதிரியார் ஹிலாரியோ, பாரஃபின் விளக்கைச் சரிசெய்து கொண்டிருந்தார்.

'பிற்பகல் வணக்கம், ஃபாதர்' சார்ஜெண்ட் அவருக்கு வந்தனம் கூறினான்.

'பிற்பகல் வணக்கம், மகனே!'

'நான் அந்தக் கோழித் திருடன், இந்தியன் ராமோனைப் பிடித்து விட்டேன்.'

'சார்ஜெண்ட், நீ அவனைத் தண்டிக்க வேண்டும். அது உன்னுடைய கடமை. இப்படித்தான் அவர்கள் எல்லோரும் ஆரம்பிப்பார்கள். ஒரு கோழிக்குஞ்சைக் கொடுத்தால் அவர்கள் ஒரு குதிரையை எடுத்துக் கொள்வார்கள். பாவம் செய்வது அப்படித்தான்... முதலில் அல்பமானதாக இருக்கும், பிறகு மிகமிக மோசமடையும்.'

'ஃபாதர்' சார்ஜெண்ட் குறுக்கிட்டான். உங்கள் கோழிக்குஞ்சை அந்த இந்தியன் திருடினான் என்பதில் நீங்கள் நிச்சயமாக இருக்கிறீர்களா?'

'என்ன இது? நான் நிச்சயமா என்கிறாய்? நான் என்னுடைய இரண்டு கண்களாலும் அவனைப் பார்க்கவில்லையா? நீ சொல்வதற்கு என்ன அர்த்தம்?'

'ராமோன், தான் கொண்டுசென்றது கோழிக்குஞ்சே அல்ல என்று சொல்கிறான்.'

'கோழிக்குஞ்சு இல்லையா? பின் அது என்ன?'

'எனக்கு நிச்சயமில்லை... ஆனால் நீங்கள் சரியாக என்ன பார்த்தீர்கள்?'

'என்னுடைய கோழிக்குஞ்சு. அதைத்தான் பார்த்தேன்.'

'அது சரி, நீங்கள் என்ன சொன்னாலும் சரி... ஆனாலும் அந்த இந்தியனை எதற்கும் கூட்டிவந்திருக்கிறேன். எனவே, நீங்கள் நேருக்குநேர் கேட்டுவிடலாம்.'

அந்த இந்தியன் கையில் தொப்பியுடன் உள்ளே நுழைந்தான். சார்ஜெண்ட் தெளிவற்ற ஒரு புன்னகையுடன் சுவற்றை ஒட்டியிருந்த மேஜையில் சாய்ந்தான். பாதிரியார் விளக்கை ஒதுக்கிவைத்தார்.

'ஆக, நீ இப்போது அந்தக் கோழிக்குஞ்சுகளை எடுக்கவில்லை என்று மறுக்கிறாய்?' என்றார், பாதிரியார்.

'நான் எதையும் மறுக்கவில்லை.' என்று இந்தியன் முணுமுணுத்தான்.

'பார்த்தாயா, சார்ஜெண்ட்...' என்று கூவினார் பாதிரியார்.

'நான் சார்ஜெண்ட்டிடம் கூறியது என்னவென்றால்... இந்தியன் தொடர்ந்தான்: 'உங்களுடைய கோழிக்குஞ்சுடன் என்னை நீங்கள் ஒருபோதும் பார்க்கவில்லை.'

'என்ன? நான் பார்க்கவில்லையா? நான் உன்னைப் பார்த்து, 'ஹே ராமோன் அந்தக் கோழிக்குஞ்சை விட்டு விடு' என்று சத்தமிடவும், நீ ஓடவில்லையா?'

லத்தீன் அமெரிக்கச் சிறுகதைகள்

'ஆமாம், நான் ஓடினேன், மிக்க சரி. ஆனால் ஓடினேன் என்பதால் உங்களுடைய கோழிக்குஞ்சைத் திருடினேன் என்று அர்த்தமாகாது. ஓடுவதற்கு எதிராக சட்டம் ஏதும் இருக்கிறதா என்ன?'

'இல்லை.' பாதிரியார் பதிலளித்தார். 'நீ என்னுடைய கோழிக்குஞ் சைத் திருடினாய். அதில் எந்தச் சந்தேகமும் இல்லை.'

'இல்லை ஃபாதர்... அவை இறகுகள் மட்டுமே...'

'இறகுகள்! திருடா! நீ எல்லாவற்றையும் மாற்ற முயற்சித்துக் கொண்டிருக்கிறாய். ஒரு ஏழைப் பாதிரியிடமிருந்து திருடியதற்கு கடவுள் உன்னைத் தண்டிக்கட்டும்...!'

சார்ஜெண்ட் தொப்பியை அணிந்துகொண்டு, இந்தியனின் தோளில் தட்டிவிட்டு, குரைத்தான்: 'நாம் போகலாம்.'

பாதிரியார் அவர்களிருவரையும் உற்றுப் பார்த்தார். 'அவன் கோழிக்குஞ்சுக்கான பணத்தைக் கொடுக்கவேண்டும்' அவர் வற்புறுத்தினார்.

சார்ஜெண்ட், இந்தியனுடன் வெளியேறினான்.

'இதோ பார்,' சார்ஜெண்ட் சொன்னான்: 'பாதிரியார் சொன்னது சரி. நீ அவரது கோழிக்குஞ்சைத் திருடினாய். இப்போது அதற்கான பணத்தைக் கொடுக்கவேண்டும்.'

பின்தொடர்ந்து சென்றுகொண்டிருந்த இந்தியன் நின்று சார்ஜெண்ட்டை உற்றுப் பார்த்தான்.

'அது கோழிக்குஞ்சல்ல,' என்றான் அவன்.

'பின், அது என்ன?' என்று கேட்டான், சார்ஜெண்ட்.

'அது ஒரு சிலந்தியாகக்கூட இருக்கலாம். இந்தியன் பதிலளித்தான். 'அது இறகுகளின் கொத்தைத்தவிர வேறொன்றுமில்லை அதைக் கொழுக்கவைக்க நான் நிறையப் பணம் செலவழிக்க வேண்டியிருந்தது... அது முழுவதும் எலும்பும், தோலுமாக இருந்தது. அதனால்தான் அது, கோழிக்குஞ்சே அல்ல என்று நான் கூறினேன்... அது இறகுகளின் கொத்துதான்! ஆனால் நீங்கள் இப்போது அதைப் பார்க்கவேண்டும், சார்ஜெண்ட், அது அழகாகவும், சதைப்பற்றாகவும் இருக்கிறது.'

சார்ஜெண்ட் அவனைக் கூர்ந்து நோக்கினான்.

"போய் அதை ஃபாதருக்காகக் கொண்டு வா. அவரிடம் திரும்ப ஒப்படைத்து விடு.'

'மிக்க சரி.' இந்தியன் பதிலளித்தான். 'ஆனால் நாளை விடுமுறை என்பதால் என்னுடைய வீட்டிற்கு சாப்பிட வருவதாக நீங்கள் சொல்லவில்லையா?'

'ஓ... அது நாளை அல்லவா?' சிந்தனையுடன் கூறிய சார்ஜெண்ட் நின்றான்.

'ஆமாம், நாளை.' என்ற இந்தியன், புன்னகையுடன் நகர்ந்து சென்றான்.

இன்னும் பெய்துகொண்டிருந்த மழையில் சார்ஜெண்ட் தன் அலுவலகத்தை நோக்கி விரைந்தான்.

தமிழில்- சுரேஷ்குமார இந்திரஜித்

# உருகுவே (URUGUAY)

## யுவான் கார்லோஸ் ஒனட்டி (Juan Carlos Onetti)

சிறந்த லத்தீன் அமெரிக்க எழுத்தாளர்களில் ஒருவர் என்று இவர் பல ஆண்டுகளாக அங்கீகரிக்கப்பட்டிருந்தாலும் மொழியாக்கங்கள், அவரை இன்னும் முழுமையாகக் காட்டவில்லை. மான்ட் வீடியோவில் 1909-ம் ஆண்டு பிறந்த ஒனட்டி, அமெரிக்காவின் ஃபால்க்னரோடு ஒப்பிடப்படுகிறார். அவரைப்போலவே, தனக்கென்று ஏற்படுத்திக்கொண்ட ஒரு நகரச் சூழ்நிலையில், நகரில் வசிப்பவர்களின் கஷ்டங்களையும், தனிமையையும் பற்றி எழுதினார். அவர் நூல்களில் சில: El Inferno tan temido, El Astillero (1960). 1961-ம் ஆண்டு உருகுவேயின் இலக்கியத்துக்கான தேசியப் பரிசைப் பெற்றார். உருகுவேயில் அரசுக்குப் பிடிக்காத ஒரு சிறுகதைக்கு பரிசு கொடுத்த குழுவில் அவரும் ஒருவராக இருந்ததால், சிறைப்பிடிக்கப்பட்டார். தனது அறுபதாவது வயதில், விடுதலை அடைந்தவுடன், ஸ்பெயினுக்குச் சென்ற ஒனட்டி, உருகுவே திரும்பவேயில்லை. நாட்டை விட்டு ஓடியபின் ஒனட்டி எழுதிய முதல் கதைகளில் இருப்பும் ஒன்று.

'இருப்பு' கதை, எல்லாவற்றையும் இழந்தவன் கொடுமையான உருவெளித் தோற்றங்கள்மூலம், இழந்தவற்றோடு தொடர்பு ஏற்படுத்திக்கொள்ள முயற்சி செய்வதைக் கூறுகிறது.

# இருப்பு
## (PRESENCE)

செய்திப் பத்திரிகையை பலவந்தமாக விற்கவைத்து, அவர்கள் எனக்கு அனுப்பிய அழுக்குப் பணத்துடன் நான் பல நாட்களைக் கழித்தேன். இப்போது எனக்கு மீண்டும் உருவாக்கப்பட்ட 'சான்டா மரியா'வும் இல்லை 'எல் லிபர'லும் இல்லை; இனி எப்போதும் இல்லை. எல்லாம் செத்துச் சுண்ணாம்பாகி ஆற்றில் மறைந்து வெறுமையில் கரைந்துவிட்டன. நண்பர்களோடு உணவருந்தினேன்; அவர்களோடு சேர்ந்து குடிபோதையில் ஆழ்ந்தேன்; நாட்கணக்கில் என் அறைக்குள்ளேயே பூட்டிக்கொண்டு இருந்தேன். அந்த அழுக்குப்பணம் கொஞ்சம்கூடக் குறையாமல், நான் அதிலிருந்து ஒரு பெஸ்ட்டாகூட செலவு செய்யாமல், எப்போதும் என் பையில் இருந்தது. சிலசமயங்களில் எனக்குப் பசித்தது. இல்லை; வெளியே சென்று சாப்பிடமுடியாத அளவுக்கு சோம்பேறித்தனமாக இருந்தது; வேறு சமயங்களில் படுக்கையில் படுத்தபடி ஒவ்வொரு எழுத்தாக என் பெயரை மீண்டும் மீண்டும் சொல்லியபடி, என் பையிலிருந்து வழக்கமாக இரவுமேஜைக்கு இடம் மாறி, பின் காலையில் மீண்டும் பைக்குப் போகும் மரியா ஜோஸேயின் புகைப்படத்தை வெறித்துப் பார்த்தபடி, விடியற்காலைகளின் அர்த்தமற்ற சலசலப்புகளிலிருந்து இரவாகும் வரை, நேரம் விரைவதை வெறுமனே பார்த்துக் கொண்டிருந்தேன். நான் மகிழ்ச்சியாக இல்லை, எல்லாவற்றையும் இழந்து தவிக்கிறேன் என்பதை உறக்கம் வராத வேளைகளில் மட்டுமே உணர்ந்தேன். சாண்டா மரியாவுக்கும், மாட்ரிட்டுக்கும் இடைவெளி என் உலக வரைபடத்தில் வெறும் இருபது சென்டிமீட்டர்தான்.

மோசமான மையில் ரோனியோ இயந்திரத்தில் அச்சான 'பிரஸென்ஸியா' செய்தித்தாள் எனக்கு எப்போதாவது வரும். உலகின் கற்பனை செய்யமுடியாத மூலைகளிலிருந்தெல்லாம் அது வந்தது. முறை போட்டு அதை நடத்திய, விநியோகித்த சான்மாரியோனாக்களின் குழுவை நான் கற்பனை செய்து கொள்வதுண்டு. எப்போதும் மோசமான

செய்திகள். ஜெனரல் 'காட்'டின் சர்வாதிகாரம் காட்டுமிராண்டித்தனமாக இருந்ததால், இந்தத் தொழிலில் ஈடுபட்டிருந்தவர்கள் ஒரு தியாகியின் வேலையைத்தான் செய்தார்கள். பத்திரிகை கைமாறியதால் கிடைத்த பணத்தை, மரியா ஜேர்ஸேவிற்காக, முழுவதும் அவளுக்காகவே செலவழிக்க வேண்டியது என் கடமை என்று உணர்ந்தேன்.

அவன் உருவத்தில் சிறியவன் என்பதைவிட வாழ்க்கை அவனைச் சுருக்கிவிட்டது என்பதே சரி. இருந்தபோதும் ஒரு மாபெரும் மண்டையையும், நெற்றியில் பிசுபிசுப்பான பளபளப்பையும், கலங்கிய கண்களில் கவலையின் நிலைத்த ஒளியையும் அவனுக்கு அது விட்டுவைத்திருந்தது. அவன், தன் கரங்களை பொருட்களைப் போல் மேஜைமீது போடும்போதும், நான் அவனுக்கு இருந்ததாகக் கற்பனை செய்த கடந்தகால இன்னல்களுக்கிடையேயும், சீராகக் குலைந்துவரும் நம்பிக்கைக்கிடையேயும் அவன் இன்னும் உயிரோட்டத்துடன் இருக்கிறான் என்று எனக்கு நிரூபித்து, மன உறுதியைக் காட்டுவதுபோல் கைகளை பிணைத்துக் கொள்ளும்போதும் அந்த கைகள் சிலந்தியை ஒத்திருந்தன. அவன் கேள்விகள் கேட்கிறான், யோசிக்கிறான், கள்ளத்தனமாக, ஏமாற்றியபடி, அவன் இயல்பிலேயே இருந்த பொய்களுடனும், ஜோடனைகளுடனும், இடையிடையே அரைமனத்தோடு பேசுகிறான். அவன் சிரிக்கவில்லை. ஆனால் முன்புறம் சாய்ந்து என்னைப் பார்த்துவிட்டுத் தலையைத் திருப்புகிறான். மெதுவாக ஆழம் பார்த்தபடி அவன் சொல்கிறான்:

எல்லாவற்றையும் தயார் செய்ய ஆரம்பிக்கவே எனக்கு ஐயாயிரம் தேவைப்படும். இம்மாதிரி காரியங்கள் எப்போதும் கஷ்டமானவை. என்னிடம் இந்த வேலைக்கு மிகப் பொருத்தமான ஆள் தற்சமயம் வேலையில்லாமல் இருக்கிறான். ஆனால் வேலை கொடுக்காமல் என்னால் அவனை ரிஸர்வ் ஆக வைத்திருக்க முடியாது. எனக்கு ரொக்கமாக ஐயாயிரம் தேவை. அதற்குப்பிறகு, அப்புறம் பார்க்கலாம்.

நான் தேடிக் கொண்டிருந்த, என் விளையாட்டில் பங்குகொள்ளக் கூடிய சரியான பைத்தியக்காரத் துணையைக் கண்டுபிடித்து விட்டேன் என்பது எனக்கு உறைத்தது. விளம்பரத்தை மீண்டும் ஒருமுறை நோட்டம்விட்டேன்.

'தனியார் துப்பறியும் நிபுணன் அ.ட்யூபார் காஸ்டில்லா வீஜா, 30 மாட்ரிட் மற்றும் ஸ்பெயின். ரகசியம் காப்பாற்றப்படும்.'

நான் பணத்தை எண்ணியபடி எனது நம்பிக்கையை, தயக்கம் கலந்த ஆர்வத்தைக் காட்டுவதற்காக அவனை நோக்கிப் புன்னகைத்தேன். அவன் மேஜைமீது பணத்தை நழுவவிட்டு, கைகளை முறைப்புடன் இழுத்துக் கொண்டான். நாங்கள் இருவருமே சந்தேகத்துடன் இருந்தோம். திடீரென்று அச்சுறுத்தும் தொனியில் அவன் சொன்னான்:

“நான் ஒரு ஃபாரத்தை நிரப்ப வேண்டும்.”

கோப்புகள் வைக்கும் அலமாரியை நோக்கி வசந்தகால ஆரம்பத்தில் இன்னும் குளிராக இருந்த அந்த அறையில், மேஜையையும், இரண்டு நாற்காலிகளையும் தவிர இருந்தது அது ஒன்றுதான். அவன் நடந்தபோதுதான் அவனுக்குக் குட்டையான, பலஹீனமான கால்கள் இருக்கும் என்று நான் நினைத்தது சரி என்பதை உணர்ந்தேன். ஒரு ஆரஞ்சுவர்ண கோப்புடன் அவன் திரும்பிவந்து உட்கார்ந்து அவனிடம் மிஞ்சியிருந்த ஒரே பால்பாயிண்ட் பேனாவைத் தன் பையில் தேட ஆரம்பித்தான். தேதியைப் போட்டுவிட்டு, பிறகு குனிந்த தலையுடன் கேட்டான்:

“பெயர்?”

“அவளுடையதா, என்னுடையதா?”

“கோப்பும் குறிப்புகளும் எப்போதும் வாடிக்கையாளர் பெயரில்தான் இருக்கும். நீதான் வாடிக்கையாளன்.”

“மலாபியா. ஜோர்ஜ் மலாபியா,” நான் சொன்னேன்.

என்னுடைய விலாசத்தையும், தொலைபேசி எண்ணையும் கூறினேன். மரியா ஜோஸேவிற்காக ஒன்றைக் கற்பனை செய்தேன். 37 சாங்கே டேவிலா தெரு.

“நீ என்ன தெரிந்துகொள்ள ஆசைப்படுகிறாய்?”

“எல்லாம். அவளைத் தொடரவேண்டும். அவள் என்ன செய்கிறாள், யாருடன் இருக்கிறாள் என்பதையெல்லாம் அப்படியே நீ எனக்குச் சொல்லவேண்டும். அவள் வேலை. செய்கிறாள். ஒரு பொது நூலகத்தில். பெர்னாண்டே தி ஒவைடோ தெருவில். எண் எனக்கு நினைவில்லை. ஆனால் அந்தத் தெருவில் அது ஒன்றுதான் இருக்கிறது. தொலைபேசி புத்தகத்தில் “எண் இருக்கும்.”

“அவளை வர்ணிக்க உன்னால் முடியுமா? ஒரு புகைப்படமும் வேண்டும்.”

கொஞ்சம்கூட வருத்தமில்லாமல், ஏதோவகையில் விடுதலை பெற்றுவிட்டதுபோல் அசட்டுத்தனமாக உணர்ந்தபடி அவள் புகைப்படத்தைக் கொடுத்தேன்.

எழுந்து நின்றபடி, “அவள் என் வாய்வரை உயரம்.” என்றேன்.

“வெளிறிய முடி என்று சொல்லமுடியாது, அவள் கூந்தல் இளம் ப்ரௌன் நிறம் எனலாம். அவளுடைய கண்களின் நிறம் எனக்கு ஞாபகமில்லை; ஒருவேளை பச்சையாக இருக்கலாம். ஆனால்

எப்போதும் இல்லை. ஏதாவது விஷயம் உனக்குக் கிடைத்தவுடன் எனக்கு ஃபோன் செய்."

பணக்கட்டு மேஜைமீதே கிடக்க, நான் கிளம்பினேன்.

நான் அவனுக்குச் சொன்ன பெயர், மரியா ஜோஸே லெமோ. அவளாகவே இருந்த அந்தப் பெயர், அவள் உடம்பின் ஒரு பகுதியைப்போலவோ அல்லது அவள் தோலைப்போலவோ அவளுக்கு மிகப் பொருத்தமாக இன்றும் தோன்றுகிறது. அவளை ஒரே சமயத்தில் மூடிமறைத்தும் வெளிக்காட்டியும் நிற்கிறது.

தன்னை தனியார் துப்பறியும் நிபுணன் என்று சொல்லிக் கொண்டட்யூபார் என்ற மனிதன், மூலையில் இருந்த பாருக்குச் சென்று ஒரு பாட்டில் ஒயின் கேட்டான். பார் ஆள் அவனைப் பார்க்கவில்லை, அல்லது அவனைப் பார்த்ததுபோல் காட்டிக் கொள்ளவில்லை டியூபார் தயங்கினான். பிறகு அவர்களுக்கிடையே இருந்த அழுக்கான ஈரத்தில் ஆயிரம் பெஸடாக்களை வைத்தான்:

"நான் உனக்குக் கொடுக்கவேண்டியதற்கு எடுத்துக் கொள்." என்றான்.

ஒரு மேஜையில் உட்கார்ந்தபடி, 'முதலில் தனது பரபரப்பைக் குறைப்பதற்காகவும், பிறகு சந்தோஷத்துக்காகவும், குடிக்க ஆரம்பித்த அவன், மூன்று நாட்களைக் குடிபோதையில் கழித்தான். கடைசியில், தன் வறுமை கூத்தாடும் அறையில் தூங்கி, விழித்தவுடன் முகத்தையும், கழுத்தின் பின்புறத்தையும், பூக்கள் வரையப்பட்ட பேசினில் கழுவிக் கொண்டான். பிறகு, சட்டைப் பைகளைத் துழாவி விட்டு, புதிய காலைக்காற்றில் சான் பிளா மாதாகோவிலுக்கு நடந்து சென்றான். மாதா கோவிலுக்கு எதிரில் பாதிரியார் ஒருவர் வைத்திருந்த கடையில் கனத்த மெழுகுவர்த்தி ஒன்றை வாங்கிக்கொண்டு, நடைவாசலைக் கடந்து இருட்டுக்குள் சென்று இடப்பக்கமாக, நேராக, அவனை ஒருபோதும் கைவிடாத கன்னிமேரி சிலை இருந்த இடத்திற்குப் போனான்.

அது, மரத்தில், அழகற்றவகையில் செதுக்கப்பட்ட, பெரிய கண்களுடைய சிறிய சிலை. ஏதேனும் அற்புதங்கள் நிகழ்த்தித்தான் தன்னுடைய ஏழ்மையான, வறுமை நிரம்பிய தோற்றத்துக்கு மன்னிப்புப் பெறமுடியும் என்பதுபோல் இருந்தது. ட்யூபார் இதை தனக்கு சாதகமாகப் பயன்படுத்திக்கொண்டான். மண்டியிட்டு, பல ஆவே மரியா பாட்டுகளைப் பாடி, மனதை ஒருமுகப்படுத்தவும், சிறிது நம்பிக்கையை ஏற்படுத்திக்கொள்ளவும் கடினமாக முயன்றான். அவன் அடிக்கடி சொல்லியிருந்தான்: எனக்குக் கடவுள் நம்பிக்கை இல்லை. ஆனால் கன்னி மேரியை நான் நம்புகிறேன்.

அவன் அலுப்படைந்து குளிரை உணரத் தொடங்கியபோது, ஒரு பாட்டில் ஒயினை முன்னால் வைத்துக்கொண்டு அழுக்கான ஜன்னலில் நிழல்கள் விழக் காத்துக் கொண்டிருந்தான். இதற்குள் கோப்புகள் வைக்கும் அலமாரியில் அரை டஜன் பாட்டில்கள் சேர்ந்திருந்தன. இரவுக்கும், கட்டடம் அமைதி அடைவதற்கும் அவன் காத்திருந்தான். பிறகு இரண்டு மாடிகள் இறங்கி, வராந்தாவில் நடந்து, வெஸ்டிங் ஹவுஸ் கம்பனியின் இரவுக் காவலாளியைத் தேடினான்.

“டைப்ரைட்டர்.” அவன் சொன்னான்.

அந்த ஆள் தன்னுடைய முரட்டுக் கன்னத்தைத் தடவியபடி கேட்டான்:

“ஐந்து டியூரோக்கள். இப்போது ஐந்தாகும். நான் யோசித்துப் பார்க்கும்போது இந்த உதவி எனக்குப் பெரிய தொந்திரவைத் தருவதாக அமையலாம்.”

“ஐந்து,” அவன் சொன்னான். நாணயங்களைக் கொடுத்தான்.

இப்போது அவனிடம் ஒரு எலக்ட்ரிக் டைப்ரைட்டர், செய்திப் பத்திரிகை விளம்பரங்களில் வரும் புத்தம் புதிய மாடல் இருந்தது.

*அறிக்கை 3/2/78859:*

மிகுந்த முயற்சிக்குப்பின் ம ஜோ லெ வைக் கண்டுபிடித்து அடையாளம் காண்பதில் நான் வெற்றி அடைந்திருக்கிறேன், அவள் தன் வீடு, தன் வேலை என்று சாதாரண வாழ்க்கை வாழ்வதுபோலத்தான் தெரிகிறாள். அவளுடைய தோழிகளின் பெயர்களை இன்னும் என்னால் கண்டுபிடிக்க முடியவில்லை - என் அபிப்பிராயத்தில் அவை முக்கியமில்லாதவை என்றாலும் முழுமை கருதி அவற்றைச் சொல்லியிருக்கிறேன். 12ம் எண் பஸ்ஸில் கிரிஸ்டோ ரேயை நோக்கிப் பயணம் செய்தபோது.....

எனவே, ஒரு நாளைக்கு ஆயிரம் பெஸ்ட்டாக்களுக்கு, மரியா ஜோஸேயை சாண்டா மரியா சிறையிலிருந்து விடுதலை செய்து விட்டேன். அவள், தன் தோழிகளோடு தெருக்களிலும், மீன் பிடிக்கும் படகுகளும், அவற்றைவிட லேசான படகு க்ளப்பின் துடுப்புப்போடும் படகுகளும் இருந்த கடற்கரையை நோக்கியும், பனித்திரையிலும், மெல்லிய சூரிய ஒளியிலும், சாவகாசமாக நடப்பதையும், என்னுடன் இல்லாததால் முழு மகிழ்ச்சியுடன் இல்லாததையும், நான் கடிதம் எழுதாமல் இருப்பதற்கு என்ன காரணம் என்று வியந்துகொண்டிருப்பதையும் அல்லது ஜாக்கிரதை யான நம்பிக்கையுடன், நாங்கள் மீண்டும் சந்திக்கலாம் என்பதை பூடகமாகக் குறிப்பிட்ட என் கடைசிக்

கடிதம்பற்றி நினைத்துக் கொண்டிருப்பதையும் என்னால் பார்க்க முடிந்தது.

நான் திறமையுடன் அவளுக்கு எழுதிவந்த பொய்களின் காரணமாக, அவள் மகிழ்ச்சி ததும்ப, உயிரோட்டத்துடன், முன்னைவிட இளமையாக, கிட்டத்தட்ட ஒரு குழந்தைபோல் இருந்ததை நான் பார்த்தேன். நாங்கள் ஒருவரை ஒருவர் தழுவி, மௌனமாக முத்தமிட்டுக் கொள்வதற்காகத் தேடிச்சென்ற நிழலான ஒய்விடங்களையும், நாங்கள் ஒன்றாக நடந்துசென்ற இடங்களையும், அவள் வேகமாக, நிழல்போல் கடக்கும்போது சுதந்திரமாக இருப்பதைக் கண்டேன். மழைத்தூறலில் நனைந்த முகத்தோடு, நாங்கள் முதன்முதலில் சந்தித்த தெருமுனை நோக்கி, எட்டி நடை போட்டு அவள் செல்வதை என்னால் பார்க்க முடிந்தது.

இந்த நிலையான சந்தோஷம் இருபது நாட்களுக்கு நீடித்தது. ட்யூபார் எனக்கு ஃபோன் செய்து, அவன் அலுவலகத்திலிருந்து இரண்டு கட்டடங்கள் தள்ளி இருந்த கஃபேயில் என்னைச் சந்திக்க ஏற்பாடு செய்தான். அவன் முன்னால் ஒரு கோப்பை ஒயின் இருந்தது; எனக்கு குடிப்பதற்கு எதுவும் வேண்டியிருக்கவில்லை. அவன் சிறிது பயத்துடனும், தான் சொல்லப்போகும் விஷயம் குறித்துப் பரபரப்படைந்தும் இருந்ததை நான் கவனித்தேன். அவனுடைய இழிந்த கண்களில், மென்மையும், பயமும் கலந்த அருவருப்பூட்டும் பார்வையோடு என்னைப் பார்த்தான்.

“கடிதத்தில் நான் எழுதக்கூடிய விஷயமல்ல இது. நீ எனக்கு ஒரு வேலை கொடுத்தாய். நான் எப்போதும் என் கடமைகளை நிறைவேற்றுவேன். அதிலிருந்து எனக்குக் கிடைக்கும் பணத்துக்காக இல்லை என்று உறுதியாகச் சொல்கிறேன். ஏஜெண்டுக்கும், இதரச் செலவுகளுக்கும் நான் கொடுக்கும் பணம், உன்னிடம் நான் வாங்கும் தொகையைவிட அதிகமாக இருக்கும். ஆனால் நான் வார்த்தை தவறமாட்டேன்.”

அவன் கோப்பையைக் காலி செய்துவிட்டு, மற்றொரு கோப்பை வரவழைத்தான். ஒரு புதிய வெகுமதிபோல் அவன் கதைக்குக் காத்திருந்தேன். அதை முழுவதும் அனுபவிப்பதற்கு வசதியாக, அதை வாங்கிக்கொள்ள மூளையில் இடத்தைக் காலி செய்துகொண்டேன். அவன் சிறிது குடித்துவிட்டு, சிகரெட்டை பற்ற வைத்துக் கொண்டான்.

“மோன்டேரா, பேக்கர், உனக்கு இவைபற்றி ஏதேனும் தெரியுமா?” என்றான்.

“இல்லை, மாட்ரிட்டின் அந்தப் பகுதிக்கு நான் அநேகமாகப் போவதில்லை.”

“சரி. அப்படிப்பட்டவன் நீ ஒருவனாகத்தான் இருக்க வேண்டும். பேக்கர் தெரு அருகில் ஒரு விடுதி இருக்கிறது. அந்தப் பகுதியிலேயே மிக ஆடம்பரமானது, மிகச் சிறந்தது. நான் சொல்லப்போவதைக் கேட்டு தயவுசெய்து அதிர்ச்சியடையாதே. 7-ம் தேதி திங்கட்கிழமை மாலை 5.15 மணிக்கு அவள் அதற்குள் செல்வதைப் பார்த்தார்கள். அவள் தனியாக இல்லை.’

திடுக்கிட்டு, ஸ்தம்பித்துப்போன என்னால் தடுமாற்றத்துடன்தான் கேட்க முடிந்தது: “ஆனால் அவள் நூலகத்தில் ஆறுமணி வரை வேலை செய்யவேண்டும்.”

“ஓ, பெண்களைப்பற்றி தெரியாதா! அவர்களுக்கு சாக்கு கண்டுபிடிக்க முடியாதா என்ன? அவர்கள் அதற்காகவே பிறந்தவர்கள். அதாவது காரணங்களைக் கண்டுபிடிக்கவே.”

“அந்த மனிதன் யார் என்பதை அவர்கள் பார்த்தார்களா?” நான் கேட்டேன்.

“முதல் தடவை, இல்லை. மின்னலைப்போல் வேகமாக நடந்தது. ஆனால் பிறகு பார்த்தார்கள். அவள் நூலகத்தை விட்டு மாலையில் வருவதற்காக அவன் தினந்தோறும் காத்திருக்கிறான். லைஸென்ஸ் எண் 4002 M உள்ள பச்சைநிற சியட் வண்டியில். முடி நரைக்க ஆரம்பித்த, உன்னைவிட வயதான, உயரமானவன் அவன். ஆனால் மிக நன்றாக உடையணிந்திருந்தான்.”

அவர்கள் எங்கு செல்கிறார்கள், அந்த ஆளுக்கு வீடிருந்தால் அவளை அங்கு கூட்டிச் செல்கிறானா என்பதை கண்டுபிடிக்கும்படி நான் அவனைக் கேட்டேன்; இன்னும் ஒரு வாரத்திற்குப் போதுமான பணத்தை அவனுக்குக் கொடுத்தேன்.

அதுதான் உண்மையில், வசந்தகாலத்தின் முதல் நாள். எனவே ஹிம்சையும் ஆரம்பித்தது. ஒரு பாட்டில் விஸ்கி வாங்கிக்கொண்டு, காவலாளிக்குப் பதில் சிரிப்பைத் தந்துவிட்டு லிஃப்டில் தவறான பட்டனை அமுக்கிவிட்டு, என் அறைக்குச் சென்றேன். எல்லா ஜன்னல்களையும் மூடிவிட்டு, என் குறியைப் பார்க்காமல் உடைகளைக் களைந்துவிட்டு படுக்கையில் படுத்தேன். அழைப்பு மணியையும் தொலைபேசியையும் துண்டித்தேன். இப்படியாக, குடித்துக்கொண்டும், புகைபிடித்துக் கொண்டுமிருக்கும்போது, மரியா ஜோஸே சான்டா மரியாவில் நூலகத்தைவிட்டு வெளியேறி, காரில் ஏறுவதை என்னால் எளிதாகப் பார்க்க முடிந்தது. அவர்கள் முத்தமிட்டுக் கொள்ளவில்லை. வில்லா பெட்ரூவில் அந்த வலிமையான, முகமற்ற, களைப்பறியாத மனிதன் வாடகைக்கு எடுத்திருந்த, அல்லது சொந்தமாக வைத்திருந்த வீட்டில் சிறிது நேரத்தில் நடைபெறப்போகும் காட்சிகளை எதிர்பார்த்து

ஒரு கள்ளச்சிரிப்பைப் பரிமாறிக் கொண்டனர். சிவப்பு ஓடுகளுடன் கூடிய ஸ்விஸ் பாணி வீடு அது. இப்போது என் படுக்கையறை இருப்பதைப்போல், வெளியுலகத் தொடர்பே இல்லாமலிருந்தது. அவர்கள் ஒருவேளை மெதுவாக அணைத்து, அணைத்து படுக்கைக்குத் தயாராகலாம். இல்லை, உடனடியாக ஒருவர் கரங்களில் மற்றவர் பாயலாம். எப்படி இருந்தாலும் மரியா ஜோஸே தன்னுடைய உடைகளை பிறர் களைவதை அனுமதிக்கமாட்டாள். என்னுடன் இருந்தபோது செய்ததைப்போலவே நின்றுகொண்டு அவளே, எதிரிலிருக்கும் ஆணைப் பார்த்து கள்ளத்தனமாகச் சிரித்தபடி அவனுடைய பரபரப்பையும் பொறுமையின்மையையும் அளந்தபடி, அனுபவித்தபடி தன் உடைகளை ஒவ்வொன்றாகக் களைவாள். பாய்ந்தோடும் ஒரு நதியின் பக்கத்தில் அவ்வீடு இருந்தது. அஸ்தமிக்கும் சூரியனின் கிரணங்கள் ஜன்னல்களின் ஊடே ஒளியைச் சிந்தின. நான் அவளை வழக்கமாகச் சந்திக்கும் வீடும், அவர்கள் இப்போது இருந்தவீடும் இப்போது ஒன்றாகவே ஆகிவிட்டதால், ஜன்னல் மேற்குப் பார்த்தது என்பது எனக்குத் தெரிந்தது. ஒருவருக்கொருவர் இன்பத்தைக் கொடுக்க நான்கு சுவர்களுக்குள் என்னென்ன செய்யமுடியுமோ, அவற்றை ஒவ்வொன்றாக கண்டுபிடித்தபடி, ஆராய்ந்தபடி, இறுகப் பற்றியபடி நாங்கள் செய்த தேடல்களின் பல தொடர்பிம்பங்கள் திடீரென்று தோன்ற ஆரம்பித்தன. ஆனால் முன்பு புனிதமாக இருந்தது இப்போது கோரமாக, மிருகத்தனமாக இருந்தது. அவர்கள் அபத்தமான இணைப்புகளையும், நம்பமுடியாத புணர்ச்சிக் கோலங்களையும் கண்டுபிடித்துக் கொண்டிருந்தனர்.

அந்த நரைத்த தலை மனிதன் அதிகமான வெறியுடன் இருந்தான். எப்போதும் அதிகமான மிருகத்தனத்துடனும், வெளிப்படையாகவும் இருக்கும். மரியா ஜோஸே தன்னுடைய சிறுபெண்ணின் உடலுக்குச் சம்பந்தமேயில்லாத பிரம்மாண்டமான தொடைகள், அவளுடைய ஆழமான உட்பகுதியை காண்பிக்க கேட்டபடி, கெஞ்சியபடி, என்னிடம் அடிக்கடி முனகிய காதல் வார்த்தைகளை அவமதித்தபடி இருந்தாள். இனி அந்தக் காதல் வார்த்தைகள் எப்போதும் இல்லை.

வாந்தியெடுத்து முடித்தவுடன், மீதிப்பொழுதை கிட்டத்தட்ட வெறுமையாயிருந்த தெருக்களில், உலவியபடி கழித்தேன். ஒவ்வொரு காரும், ஒவ்வொரு போக்குவரத்து வெளிச்சமும், ஒவ்வொரு நடைப் பயணியும் என் கவனத்தைத் திருப்பி, ஒரு பறக்கும் வினாடி எனக்கு மறதியையும், பொழுதுபோக்கையும் அளிக்க உதவிசெய்தன.

இப்படித்தான், ஏப்ரல் மாதம் கழிந்தது. நாட்கள் செல்லச்செல்ல என்னுடைய கவலையின் தீவிரம் குறைந்து, வற்றிவிடுவதை கிட்டத்தட்ட அவமானத்துடன் நான் உணர்ந்தேன். நண்பர்களின் பேச்சும் போஸ்டர்களும் என்னை வீணே மயக்கிவிட்டது போன்ற உணர்வைத்

தந்த செவில் திருவிழாவில் நான் அலுத்துக் களைத்ததுதான் மிச்சம். அதன்பிறகு மாட்ரிட்டுக்குத் திரும்பி, ட்யூபாரிடம் பலமுறை தொலைபேசியில் பேசினேன் அவனது தொலைபேசி எண்கூட எனக்கு மனப்பாடமாகிவிட்டது. ஒரு வாரம் கழித்து தொலைபேசி மணி அடிக்காததால், நான் காஸ்டில்லா வீஜெயில் இருக்கும் அவனுடைய அலுவலகத்துக்குச் சென்றபோது அது காலியாக இருந்தது. அந்த 'தனியார் துப்பறியும் நிபுணரின் புதிய விலாசம் யாருக்குமே தெரியவில்லை. அந்த பைத்தியக்காரச் செயலுக்கு, நான் எவ்வளவு பணம் செலவழித்திருந்தேன் என்பதை கணக்கிடத் தோன்றாமல், மறுபடியும் சோம்பேறித்தனமான வாழ்க்கைக்கே திரும்பினேன்.

ஆனால், மே மாத தொடக்கத்தில் என்னை அழைத்தான்.

நான் பலமுறை உங்களுடன் தொலைபேசியில் பேச முயன்றேன். ஆனால் இயலவில்லை. இப்போது உங்களுக்கு ஒரு முக்கியமான, உண்மையிலேயே முக்கியமான செய்தி வைத்திருக்கிறேன். முன்பு என் அலுவலகம் இருந்த இடம் மிக மோசமானது. அங்கு என் நண்பர்களையும், வாடிக்கையாளர்களையும் சந்திப்பதை அவமானமாகக் கருதினேன். எனவே, என் அலுவலகத்தை வேறு இடத்திற்கு மாற்றிவிட்டேன். இப்போது நான் அவசரத்தில் இருக்கிறேன். நாளை 5 மணிக்கு உங்களுக்காக பஜாரஸ் ஏர்போர்ட்டில் காத்திருப்பேன்; ஆம், பிற்பகல் 3 மணிக்கு. கஃபடேரியாவில். நீங்கள் இன்னும் ஐந்தாயிரம் கொண்டுவர வேண்டியிருக்கும். ஏற்கனவே உள்ளதை ஏறக்குறைய காலி செய்து விட்டேன். வெகுகாலத்திற்குப் பிறகு இத்தகைய சிக்கலான விஷயத்தை ஆராய்ச்சி செய்கிறேன். மறவாதீர்கள்: தவறினால் எல்லா முயற்சியும் வீணாகிவிடும்.

கூட்டத்திற்கிடையே, கஸ்டம்ஸை கடந்து வெளிவரும் தோழமையற்ற மனிதப் பிரவாகத்துக்கிடையே, அவர்களுக்கு விடையளிக்கக் காத்திருப்பவர்கள்மீது எனக்கு ஏற்பட்ட மென்மையான பரிவுக்கிடையே, ஒலிபெருக்கிகளின் கரகரக்கும் குரலுக்கிடையே, மிகுந்த சிரமத்துடன் அவனைக் கண்டுபிடித்தேன். அதே வெறுக்கத்தக்க, அடிபட்ட, க்ஷவரம் செய்யப்பட்ட சுத்தமான முகம். அவனுடைய உடைகள் அச்சூழ்நிலைக்கு முற்றிலும் பொருத்தமற்றவையாகத் தோன்றின. அவை மிகவும் புதியவை. பளீரென்று மின்னும் வெள்ளைச்சட்டைமீது கறுப்பும் வெள்ளி நிறமுமான 'டை' முரணாக இருந்தது. அவனுடைய காலணிகள் அலட்சியமாக, மெருகேற்றப்படாமலும் சற்றே நசுங்கியுமிருந்தன. மேசை மீதிருந்த சிறிய, சதுரமான ப்ரவுன். சூட்கேஸில் அவனுடைய பெயரின் எழுத்துகள் பொன்நிறத்தில் பொறிக்கப்பட்டிருந்தன. அது பணப்பெட்டிபோல் காட்சியளித்தது.

ஒரு வார்த்தைக்கூட பேசாமல் நாங்கள் கை குலுக்கியபின் நான் பணக்கற்றையை அவனிடம் கொடுத்தேன்.

அவனுடைய விமானம் புறப்படும்தறுவாயில் இருந்ததால் நாங்கள் அதிகம் பேசிவில்லை. அவன் எங்கு செல்கிறான் என்பதை அவனும் கூறவில்லை, கேட்பதற்கு எனக்கும் அக்கறை இல்லை. சில சொற்றொடர்களும், ரோமம் நிறைந்த கைகளால் அவன் செய்த சமிக்ஞைகளும் மட்டுமே என் நினைவில் உள்ளன.

"நீங்கள் நம்பமாட்டீர்கள், ஆனால் இது நிஜம். சந்தேகமின்றி நிரூபிக்கப்பட்ட விஷயம். இதுவரை நான் நடத்தியதிலேயே மிகவும் கடினமான ஆராய்ச்சி. அவள் மறைந்துவிட்டாள். பறவை பறந்துவிட்டது. அவள் நூலகத்துக்குத் திரும்பிச் செல்லவில்லை; அவள் வீட்டில் ஒருவருக்கும் அவளைப் பற்றி ஒன்றும் தெரியாது. சொன்னாற்போல், காற்றில் கரைந்துவிட்டாள்."

"அந்தப் புகைப்படம்." என்றேன், மெதுவாக.

"ஓ, ஆமாம்," என்றபடி புத்தம்புதிய பர்ஸை எடுத்து சிறிது துழாவி விட்டு, இப்போது பிளாஸ்டிக் உறையில் இருந்த அந்தப் புகைப்படத்தை எடுத்து, ஜாக்கிரதையாக மேசைமீது வைத்தான்.

தான் செல்லவேண்டிய விமானம் அந்த அறையிலேயே இருப்பது போலவும், அவனைவிட்டு அது புறப்பட்டுவிடக்கூடும் என்பது போலவும் அவன் சுற்றும்முற்றும் பார்த்தான். நான் எழுந்து, அவனிடம் விடைபெற்றுக் கொள்ளாமலே வெளியே சென்றேன், டாக்ஸியை அழைக்க.

சிறிது நேரத்திற்குப்பின், உக்கிரமான கோடைவெய்யில் மாட்ரிட் மீது படிந்தது. மூன்று மாதங்களுக்கு நரகம்தான் என்று மக்கள் கூறிக் கொண்டனர். ஒரு நாள், பிற்பகல் தபாலில் 'பிரசென்ஸியா'வின் பிரதி ஒன்று எனக்கு ஸ்விட்சர்லாந்திலிருந்து வந்து சேர்ந்தது. அதிக ஆர்வமின்றி அதைப் பார்த்துவிட்டுப் பிரித்தேன். சிறு கட்டத்தினுள் ஒரு செய்தி என் கண்ணில்பட்டது:

'ராணுவ ஆட்சி வந்ததிலிருந்து லடோர் தீவில் சிறை வைக்கப்பட்டிருந்த, மரியா ஜோஸே லெமோ என்ற மாணவி, ஏப்ரல் 5-ம் தேதி விடுதலை பெற்று சிறையைவிட்டு வெளியே வரும்போது, தேசிய காவல் படையினரால் சிறைப் பிடிக்கப்பட்டாள். அன்றிலிருந்து அவள் போன இடம் தெரியவில்லை. போலீஸோ, ராணுவ அதிகாரிகளோ அவள் இருப்பிடத்தைப் பற்றி எந்த விபரமும் கொடுக்க மறுக்கின்றனர்.

தமிழில்- லோகசுந்தரி